உயிரின் மொழி

ஜினோம் - எளிய அறிமுகம்

த.வி.வெங்கடேஸ்வரன்

BOOKS FOR CHILDREN

Uyirin Mozhi (in Tamil)

T.V.Venkateshwaran

First Published: July,2023

Published by

BOOKS FOR CHILDREN

imprint of Bharathi Puthakalayam

7, Elango Salai, Teynampet, Chennai - 600 018.

Email: bharathiputhakalayam@gmail.com | www.thamizhbooks.com

உயிரின் மொழி

த.வி.வெங்கடேஸ்வரன்

முதல் பதிப்பு: ஜூலை,2023

வெளியீடு:

BOOKS FOR CHILDREN

புக்ஸ் ஃபார் சில்ரன் | பாரதி புத்தகாலயத்தின் ஓர் அங்கம்

7, இளங்கோ சாலை, தேனாம்பேட்டை, சென்னை - 600 018.

தொலைபேசி : 044 24332424, 24330024 | விற்பனை: 24332924

விற்பனை உரிமை

பாரதி புத்தகாலயம்

விற்பனை நிலையங்கள்

அருப்புக்கோட்டை: *கதவுஎண் 49 A/4 மெயின் ரோடு, தெற்கு தெரு - 9994173551*

ஈரோடு: *39: 39 ஸ்டேட் பாங்க் சாலை - 9245448353*

கரூர்: *நாரத கானசபா அருகில் (TNGEA OFFICE)- 9442706676*

காரைக்குடி : *12, 2 வது தெரு, கம்பன் மணிமண்டபம் பின்புறம் - 9443406150*

கும்பகோணம்: *352, ரயில் நிலையம் எதிரில் - 9443995061*

குன்னூர்: *N.K.N வணிக வளாகம் பெட்போர்ட்*

கோவை: *77, மசக்காளிபாளையம் ரோடு, பீளமேடு - 8903707294*

சிதம்பரம்: *22A / 18B தேரடி கடைத் தெரு, கீழவீதி அருகில் - 9994399347*

செங்கல்பட்டு: *1 D ஜி. எஸ்.டி சாலை - 044 27426964* | **சேலம்:** *15, வித்யாலயா சாலை சாலை*

தஞ்சாவூர்: *காந்திஜி வணிக வளாகம் காந்திஜி சாலை - 9655542400*

திண்டுக்கல்: *பேருந்து நிலையம் - 9942331105, 9976053719*

திருச்சி: *வெண்மணி இல்லம், கரூர் புறவழிச்சாலை - 9994289492*

திருநெல்வேலி: *25கி, ராஜேந்திரநகர் - 9442149981*

திருப்பூர்: *447, அவினாசி சாலை - 9486105018* | **திருவண்ணாமலை:** *முத்தம்மாள் நகர்*

திருவல்லிக்கேணி: *48, தேரடி தெரு - 9444428358*

திருவாரூர்: *35, நேதாஜி சாலை - 9442540543* | **நாகர்கோவில்:** *699 கே.பி.ரோடு R.V.புரம் - 9443450111*

நெய்வேலி: *பேருந்து நிலையம் அருகில், - 9443659147*

பழனி: *பேருந்து நிலையம் அருகில் - 9442883696*

பாண்டிச்சேரி : *கிழக்கு கடற்கரைச்சாலை, இலாசுப்பேட்டை, 9486102777*

பெரம்பூர்: *52, கூக்ஸ் ரோடு - 9444373716* | **மதுரை:** *37A, பெரியார் பேருந்து நிலையம் - 045 22324674*

மதுரை: *சர்வோதயா மெயின்ரோடு*

வடபழனி: *பேருந்து நிலையம் எதிரில் அடையார் ஆனந்தபவன் மாடியில் - 9444476967*

விருதுநகர்: *131, கச்சேரி சாலை - 0456 2245300*

வேலூர்: *பேஸ் III, சத்துவாச்சாரி - 9442553893*

நினைத்த நூல்கள்... நினைத்த நேரத்தில்... BharathiTV | www.bookday.in

thamizhbooks.com 8778073949

அச்சு : பிரிண்டெக், சென்னை - 600 005.

அணிந்துரை

உலக மக்களால் கிட்டத்தட்ட 7,100. மொழிகள் பேசப்படுகின்றன எனக் கணிக்கப்பட்டுள்ளது. இந்த நிலையில். இந்தியாவில் மட்டும் சிறியது பெரியது என மொத்தம் 19,500 மொழிகள் உள்ளன எனக் கண்டறியப்பட்டுள்ளது!! மொழி தெரியாத ஊரில் நம் பாடு கடினம்தான். அனைத்து மொழிகளையும் எழுத மற்றும் படிக்க முடிந்தால் எப்படி இருக்கும்? ஆனால் இது சாத்தியம் அல்ல.

சரி

அனைவருக்கும் பொதுவான ஒரு மொழியிருந்தால் எப்படி இருக்கும்?

நன்றாகத்தான் இருக்கும். ஆனால் இன்றுவரை இப்படி எதுவும் சாத்தியமாகவில்லை.

ஒரு செல் உயிரினமான பாக்டீரியா முதல் மனிதன் வரை அனைத்து உயிரினங்களையும் ஒரு மொழி இயக்குகிறது. அந்த மொழிக்கு நான்கே எழுத்துகள்தான் உள்ளன. அவற்றை A T C G எனலாம். இதைத்தான் DNA என அழைக்கிறோம். நம் மரபணுத் தொகுப்பு (genome) இந்த DNAவால்தான் ஆனது. இந்த மரபணு தொகுப்பை அதாவது DNAவை ஒரு புத்தகம் எனக் கொள்க. இந்தப் புத்தகம் A T C G நான்கு எழுத்துக்களால் எழுதப்பட்டது. இந்தப் புத்தகம் நம் செல்களில் உள்ள உட்கருவில் உள்ளது. இந்தப் புத்தகத்தில் சுமார் 22 ஆயிரம் RNA மூலக்கூறுகளை உற்பத்தி செய்யத் தேவையான செய்முறைகள் (Protocols) உள்ளன. இந்த RNA மூலக்கூறுகள் A,U,G,C என நான்கு எழுத்துக்களால் ஆனவை. இந்த mRNA மூலக்கூறுகளில்தான் உடலில் உள்ள அனைத்து புரதங்களையும் உண்ணும் விளக்க உரைகள் உள்ளன. இந்த விளக்க உரை 64 குறியீடுகளால் (codons) ஆனது. இந்த குறியீடுகளை வாசிக்க 43 எதிர் குறியீடுகள் கொண்ட tRNA மூலக்கூறுகள் உள்ளன.

இந்த நிலையில் மொத்தப் புரதங்கள் இருபது அமினோ அமிலங்கள் ஆனவை. புரதங்களில் உள்ள அமினோ அமிலத் தொடரில் அந்தப் புரதத்தின் செயல்படும் முறையின் விளக்கம்

உள்ளன. இந்த விளக்க உரையின் அடிப்படையில்தான் ஒவ்வொரு புரதங்களின் இயக்கமும் உள்ளது. இவற்றின் மொத்தமே நம் இயக்கம்.

DNA, *RNA* மற்றும் புரதங்கள் பெரும் மூலக்கூறுகள் என அழைக்கப்படுகிறது. இந்த மூன்றையும் தவிர மாவுப் பொருட்களும் மற்றும் கொழுப்புப் பொருட்களும் உண்டு. மாவுப் பொருள்கள் சுமார் 500க்கும் மேற்பட்ட ஒற்றை மாவுப் பொருள்களால் ஆனது. கொழுப்பு சுமார் 300 வகையான கொழுப்பு அமிலங்களால் உருவாக்கப்பட்டது. ஆகப் பெரும் மூலக்கூறுகள் உயிரிகளில் மொத்தம் ஐந்து ஆகும்.

*DNA*வில் உள்ள எழுத்துக்கள்	=	4
*RNA*வில் உள்ள எழுத்துக்கள்	=	4
*mRNA*வில் உள்ள குறியீடுகள்	=	64
அமினோஅமில தொடரில்	=	20
ஒற்றை மாவுப் பொருள்கள்	=	500
கொழுப்பு அமிலங்கள்	=	300
பெரும் மோலிகுலேஸ்	=	5

மொத்தம்	=	897

சுமார் 897 எழுத்துக்களும் குறியீடுகளும்தான் பாக்டீரியா முதல் மனிதன் வரை அனைத்து உயிர்களையும் இயக்குகிறது. அனைத்து உயிரினங்களும் ஒன்றுக்கு ஒன்று உறவினர்கள்

இந்த 897 எழுத்துக்களும் குறியீடுகளும் எப்படி இயங்குகின்றன என அறியப் பல புத்தகங்களைப் படித்து அறிவதுதான் வழியாக இருந்தது. இந்தப் புத்தகம் இந்தக் குறையை அகற்றியுள்ளது. செல்களின் உள்ள இந்த சுமார் 897 எழுத்துக்களையும் குறியீடுகளையும் எளிய முறையில் இந்தப் புத்தகம் விளக்குகிறது. இந்தப் புத்தகம் சிறுவர்கள் முதல் பெரியவர்கள் வரை அனைவருக்கும் புரியும்படி எளிமையாக எழுதப்பட்டுள்ளது.

இந்தப் புத்தகத்தில் உள்ள தகவல்கள் அனைவருக்கும் பயன்படும். உதாரணமாக, மென்பொருள் உருவாக்க வல்லுநர் இந்தப் புத்தகத்தைப் படித்தால் கணினியின் இயக்கத்தைவிட நம் உடல் இயக்கம் எப்படி இருக்கிறது எனப் புரிந்துகொள்ள முடியும்.

மேலும் நவீன கண்டுபிடிப்புகள் மற்றும் அறிவியல் தொழில்நுட்பம் நாட்டின் வளர்ச்சிக்கு மற்றும் இறையாண்மைக்கு அதி முக்கியமானது. இறக்குமதி செய்யப்படும் போர்க் கருவிகள், கணினிகள் மற்றும் இதைச் சாந்த மென்பொருள் நாட்டின் பாதுகாப்பிற்கு முழு பாதுகாப்பாக அமையாது என நான் ஆழமாக நம்புகிறேன். நம் நாட்டின் முக்கியமாக ராணுவத்துறையில் முற்றிலுமாக உள்நாட்டு உபகரணங்கள் மற்றும் கருவிகள் கொண்டு இயங்கும் நாள் நம் நாட்டின் பாதுகாப்பு நாளாகக் கொண்டாடலாம்.

இது எப்படி சாத்தியம்? தமிழ்நாட்டு அளவில்கூட இல்லாத நாடுகள் நமக்கு அதிநவீன கருவிகளை ஏற்றுமதி செய்து வருகின்றன. உலகத்தில் இரண்டாவது பெரிய மக்கள் வளத்தைக் கொண்ட நாடு; பரப்பளவில் ஆறாவது பெரிய நாடு என்ற பெருமையைக் கொண்ட நம் நாடு நவீன கண்டுபிடிப்புகள் மற்றும் அறிவியல் தொழில்நுட்பத்தில் பின் தங்கித்தான் இருக்கிறது.

இந்த நிலைக்கான காரணங்களில் ஒன்று மக்களிடம் நேரடியாக அறிவியல் கருத்துக்கள் செல்லாதததுதான் என நான் கருதுகிறேன். பெரும்பாலான தமிழக தொலைக்காட்சி மக்களை நாள் ஒன்றுக்குப் பல மணி நேரம் அழவைக்கிறது. அங்கே அறிவியலுக்கு முக்கியத்துவம் இல்லை. பத்திரிகையும் அவ்வாறே அறிவியலை ஓரங்கட்டிவிட்டன. நான் இளங்கலை படிக்கும்போது வாரத்தில் ஒரு நாள் தினமணியில் அறிவியல் சுடர் என்று நான்கு பக்க இணைப்பு வந்து கொண்டிருந்தது. ஆங்கிலப் பத்திரிகையான இந்து மற்றும் ‘இந்தியன் எக்ஸ்பிரஸ்’ வாரத்திற்கு இரண்டு பக்கங்கள் அறிவியலுக்கு ஒதுக்கி இருந்தன. பள்ளிக் கல்லூரிகளில் படித்ததிற்குச் சமமாகப் பத்திரிகையின் வாயிலாக அறிவியல் கட்டுகளை எழுத்தாளர்கள் கற்பித்தார்கள். அவர்களில் முக்கியமானவர் மறைந்த எழுத்தாளர் சுஜாதா ஆவார். அவரின் ‘சிலிக்கான் சில்லுப் புரட்சி’ என் மனதில் ஓர் புரட்சியை உண்டு பண்ணியது என்றால் மிகையாகாது. நான் இன்று ஒரு ஆராய்ச்சியாளனாக இருக்க இந்த தமிழக அறிவியல் எழுத்தாளர்களும்தான் காரணம்.

இன்றைய காலத்தில் தமிழில் அறிவியல் கட்டுரைகள் குறைந்து விட்டன. மாணவர்களை மட்டுமல்லாமல் பொதுமக்களையும் அறிவியல் சிந்தனைக்கு ஈர்க்க எழுத்துத் திறமை மிக்க சக்திவாய்ந்த ஆளுமைகள் தேவை.

'உயிரின் மொழி: ஜினோம் -எளிய அறிமுகம்' என்ற இந்தப் புத்தகத்தைப் படைத்த டாக்டர் த.வி.வெங்கடேஸ்வரன் எளிய முறையில் கடினமான அறிவியல் சித்தாந்தங்களை விளக்குகிறார். இவரின் எழுத்துப் பணி மேன்மேலும் தொடர மற்றும் செழித்தோங்க வாழ்த்துகள்!

Dr .சி. சுதாகர்

பேராசிரியர், மனோன்மணியம் சுந்தரனார் பல்கலைக்கழகம்

Phone: 9940998936, Email: sudhakar@msuniv.ac.in

TIRUNELVELI – 627 012, TAMILNADU

முன்னுரை

சாண்டா குருஸ் கலிபோர்னியா பல்கலைக்கழக உயிரி மூலக்கூறு பொறியியல் உதவிப் பேராசிரியர் கரேன் மிகா (Karen Miga), தேசிய மனித மரபணு ஆராய்ச்சி நிறுவனத்தின் ஆடம் பிலிப்பி (Adam Phillippy) மற்றும் அவரது கூட்டாளிகள் இணைந்து முதல் முறையாக மனித ஜினோமின் 23 குரோமோசோம்களில் உள்ள மொத்த 305.5 கோடி எழுத்துக்களை வரிசைப் படுத்தியுள்ளனர். ஏப்ரல் 2022இல் இந்தத் தகவல் முறையாக வெளியிடப்பட்டு பெரும் சாதனை படைக்கப்பட்டுள்ளது. டெலோமியர்-டு-டெலோமியர் (T2T) கூட்டமைப்பு (Telomere-to-Telomere (T2T) Consortium) சார்ந்த சுமார் நூறு விஞ்ஞானிகள் இணைந்து இந்தச் சாதனையை நிகழ்த்தியுள்ளனர்.

இதற்கு முன்னர் 2013இல் உத்தேச மனித ஜினோம் வரிசை வெளியிடப்பட்டது. அந்த வரிசையுடன் மேலும் இருபது கோடி எழுத்து ஜோடிகளைச் சமீபத்திய T2T வரிசை இணைத்துள்ளது. புதிதாக இணைக்கப்பட்ட ஜினோம் வரிசையில் கூடுதலாகப் புரதங்களை உருவாக்கும் திறன் கொண்ட 115 ஜீன்களை இனம் கண்டுள்ளனர். இதன் மூலம் இதுவரை இனம் காணப்பட்டுள்ளன மனித ஜீன்களின் மொத்த தொகை 19,969 என உயர்ந்துள்ளது.

இந்த ஜினோம் புத்தகத் தொகுதியில் உள்ள இருபத்து மூன்று புத்தகப் பகுதிகளிலும் உள்ள ஒவ்வொரு எழுத்தாக நொடிக்கு ஒரு வார்த்தை என்ற வேகத்தில், ஒரு நாளைக்கு எட்டு மணிநேரம் விடாமல் படித்தால் மொத்த புத்தகத் தொகுதியைப் படித்து முடிக்க நூறு ஆண்டுகள் ஆகும்! அவ்வளவு பெரிய தகவல் பொதி மனித டி.என்.ஏ.

அங்கிகரிக்கப்பட்ட ஆங்கில கிங் ஜேம்ஸ் பைபிளில் 31,16,480 எழுத்துக்கள் மற்றும் 7,83,137 வார்த்தைகள் உள்ளன. T2T-CHM13v2.0 மனித ஜினோம் வரிசையில் 3,11,72,75,501 நியூக்ளியோடைடு எழுத்துக்கள் மற்றும் 19,969 மரபணு எனும் புரதங்களை குறிக்கும் ஜீன்கள் உள்ளன. ஒழுங்கமைப்பு பணிகளைச் செய்யும் புரத குறிமுறையற்ற ஜீன்களையும் கணக்கில் கொண்டால் மொத்தம் 63,494 ஜீன்கள் இனம் காணப்பட்டுள்ளன.

புதிதாக வரிசைப் படுத்தப்பட்டு மேம்படுத்தப்பட்ட இந்த உசாத்துணை ஜினோம் (reference genome) வரிசையை *T2T-CHM13v2.0* என அழைக்கிறார்கள். 22 மனித குரோமோசோம்கள் மற்றும் *X* குரோமோசோம், *Y* குரோமோசோம் ஆக மொத்தம் 24 குரோமோசோம்களையும் இந்த புதிய உசாத்துணை ஜினோம் வரிசை செய்துள்ளது.

ஜீன் அல்லது மரபணு என்றால் என்ன? ஜினோம் வரிசை என்றால் என்ன? அந்த ஜினோம் வரிசை என்ன பொருளைத் தருகிறது? இவற்றை அறிந்துகொள்ளும் முயற்சிதான் ஜினோமிக்ஸ். இதுபோன்ற ஆய்வுகள் நமது அறிவை மேலும் ஆழம் செய்யும். இந்த ஆய்வில் கிடைக்கும் அறிவு கொண்டு எதிர்காலத்தில் புதுமை மருத்துவ சிகிச்சைகளுக்கு வழிவகுக்கும். ஜினோமிக்ஸ் எனும் மரபணுத்தொகையியல் மற்றும் புரோட்டியோமிக்ஸ் எனும் புரதவமைப்பியல் குறித்த எளிய அறிமுக நூல்தான் இது.

இந்த நூலை எழுதப் பெரிதும் தூண்டிய பேரா.பொ. ராஜமாணிக்கம் மற்றும் இந்த நூலைப் படித்துச் செழுமை செய்ய உதவிய பேரா. கிருஷ்ணசாமி அவர்களுக்கும் மிக்க நன்றி. இந்த நூலின் பற்பல நகல்களைப் படித்துச் செழுமை செய்யப் பற்பல ஆலோசனை வழங்கிய திருமிகு முனைவர் ஹேமாப்பிரபா அவர்களுக்கும் எனது அன்புமிக்க நன்றி இந்த நூலுக்கு அணிந்துரை நல்க பேரா. சுதாகர் அவர்களை அணுகியபோது அன்புடன் இசைவு செய்தார். அவருக்கும் என்னுடைய நன்றிகள் பல. இந்த நூலை வடிவமைத்துப் பிரசுரிக்கும் பாரதி புத்தகாலயத்துக்கு நன்றி!

அன்புடன்

த.வி.வெங்கடேஸ்வரன்

உள்ளே...

1
உயிர்ப் புத்தகம்

வறண்ட பாலைவனத்தில் வாழும் சின்னஞ்சிறு கள்ளிச்செடிக்கும் இருபத்தியைந்து யானைகளின் எடையைக் கொண்ட பிரம்மாண்டமான ஆழ்கடலில் அலைந்து திரியும் நீலத் திமிங்கலத்திற்கும் உள்ள ஓர் ஒற்றுமை ஏதாவது இருக்கிறதா? அவற்றின் விருப்ப உணவு வெவ்வேறு வாழ்விடம் எதிரும் புதிரும். வாழ்கை சுழற்சியில் எந்த ஓர் ஒற்றுமையும் இல்லை.

ஒருகாலத்தில் இந்தப் பூமியில் கோலோச்சிய டைனோசர்களுக்கும் அணுகுண்டு யுத்தம் வந்தாலும் இறந்து போகாமல் தப்பும் திறன் கொண்ட கரப்பான்பூச்சிக்கும் அதே ஒற்றுமை உள்ளது. நேற்று இரவு உங்களைக் கடித்த மூட்டைப்பூச்சிக்கும், வானுயர வளர்ந்து நிற்கும் பனைமரத்துக்கும், கடும்குளிர் அண்டார்டிகாவில் வளரும் பாசிக்கும் உங்களுக்கும் எனக்கும் இவற்றிற்கு இடையில் உள்ள அதே ஒற்றுமை உள்ளது.

என்னவென்று புரியவில்லையா?

அதுதான் டி.என்.ஏ.-டிஆக்சி ரைபோநியூக்கிளிக் அமிலம் *(Deoxyribonucleic acid)*.

வீடு கட்டுகிறோம் என வைத்துக்கொள்ளுங்கள். எங்கே வாசல் படி வர வேண்டும், எங்கே எந்த உயரத்தில், எவ்வளவு பெரிதாக ஜன்னல் அமைய வேண்டும், கதவுகள் உள்ளே திறக்கும்படி இருக்க வேண்டுமா இல்லை வெளியே திறக்கும்படி அமைய வேண்டுமா? சமையல் அறை மேடையில் காஸ் சிலிண்டரிலிருந்து அடுப்புக்கு வரும் பைப் குழாய் பொருத்த துளை, குளியல் அறையில் நீர், கழிவுநீர் துவாரத்தில் செல்லும் வகையில் தரை தளத்தில் சாய்வு என ஒவ்வொன்றையும் திட்டம் போட்டுத்தானே வீடு கட்ட முடியும். இத்தகைய தகவல்களை எல்லாம் தொகுத்து வீடு கட்டுவதற்கு முன்பு பொறியாளர் புளூபிரிண்ட் எனப்படும் வரைவு கட்டிட வரைபடத்தைத் தயார் செய்வார் இல்லையா?

முன்கூட்டியே திட்டம் செய்து வீடு கட்ட புளூபிரிண்ட் வரைவுத் திட்டம் ஏற்படுத்துவதுபோல உயிரியின் புளூபிரிண்ட்தான் டி.என்.ஏ. இதனை ஜினோம் என்றும் மரபகராதி என்றும் அழைப்பார்கள்.

சிக்கல் இல்லாத ஒரு செல் உயிரி பாக்டீரியாவை எடுத்துக்கொள்வோம். வீடுகளின் மதில் சுவர்போல பாக்டீரியாவின் மேலுள்ள சவ்வு தோல், 'செல் சுவர்' எனப்படும். எளிமையான இந்த செல் சுவரை எடுத்துக்கொள்வோம்.

நான்கு கால்கள் உள்ள விலங்குகளில் ஆடு, மாடுபோல குளம்பு உள்ள விலங்குகள் எனவும் முயல், எலிபோல குளம்பு இல்லாத விலங்குகள் என இரண்டு வகையாகப் பிரிக்க முடியும். அதேபோல ஒரு செல் பாக்டீரியாக்களை கிராம் பாசிட்டிவ் மற்றும் கிராம் நெகடிவ் என இரண்டு பெரும் வகையாகப் பிரிக்கிறார்கள். பொதுவாக வீடுகளுக்கு ஒரு மதில் சுவர்தானே இருக்கும். ஆனால் கோட்டைகளில் அரண்மனையைச் சுற்றி பல மதில்கள் இருக்கும். அதுபோல இரண்டு வகை பாக்டீரியாக்களில் இரண்டு வெவ்வேறு விதமான செல் சுவர் அமைப்பு இருக்கும்.

இதில் கிராம் பாசிட்டிவ் பாக்டீரியாவில் சைட்டோபிளாஸ்மிக் மென்படலத்திற்கு மேலே பெப்டிடோக்ளிகான் புரதைச்சர்க்கரைடு அடுக்குகளைக் கொண்டுள்ளது. இதற்கு வித்தியாசமாகக் கிராம் நெகடிவ் பாக்டீரியா வெளிப்புறச் சவ்வு, பெப்டிடோக்ளிகான் அடுக்கு, சைட்டோபிளாஸ்மிக் சவ்வு ஆகிய மூன்று அடுக்குகளை கொண்டுள்ளது. கிராம் நெகடிவ் பாக்டீரியாவின் வெளிப்புறச் சவ்வு லிப்போ பாலி சாக்கரைடு (lipopolysaccharide) எனும் பொருளை செங்கல்போல அடுக்கி வைப்பதால் உருவாகும். ஒவ்வொரு முறையும் செல் புதுப்பித்து புது செல் உருவாகும்போது லிப்போ பாலி சாக்கரைடுகளை உருவாக்கி புது சவ்வு தயார் செய்யவேண்டும். இப்படித் தயார் செய்யவேண்டிய பொருள்கள் மற்றும் பல்வேறு புரதங்களைத் தயார் செய்ய செய்முறைக் கையேடு அந்த பாக்டீரியாவில் உயிரிப் புத்தகம் டி.என்.ஏ. வடிவில் இருக்கிறது.

யானை என்றால் மூக்கு தரையை தொடும்படியாக நீளமாக வளர வேண்டும், பூனை என்றால் நகங்கள் நீண்டு வளர வேண்டும். நமக்கு ஒரு மூக்கும் இரண்டு காதுகளும் வளர வேண்டும். பூ மலரும்போது அதில் மகரந்தமும் அண்டகோசமும் உருவாக வேண்டும். இதற்கான செய்முறைக் கையேடு அந்த உயிரியின் டி.என்.ஏ.வில் பதிந்துள்ளது.

செங்கல் அடுக்கிச் சுவர் எழுப்ப மேஸ்திரி ஒரு புளூபிரிண்ட் தயாரிப்பார்; அதுபோல மின்சார விநியோகம் தொடர்பாக

மின்பொறியாளர் ஒரு புளூபிரிண்ட் தயாரிப்பார். அதுபோல வீடு கட்டும்போது ஒன்றுக்கு மேற்பட்ட புளூபிரிண்ட்கள் இருக்கலாம். அதேபோல ஓர் உயிரிக்கு ஒன்றுக்கு மேற்பட்ட டி.என்.ஏ. மூலக்கூறுகள் இருக்கலாம். எடுத்துக்காட்டாக மனித செல்களில் 25 தனித்துவம் வாய்ந்த டி.என்.ஏ. மூலக்கூறுகள் உள்ளன. அந்த உயிரியின் எல்லா டி.என்.ஏ. மூலக்கூறுகளின் கூட்டுத் தரவைத்தான் ஜினோம் அல்லது மரபகராதி என்கிறோம்.

நம்முடைய உடலை எடுத்துக்கொள்வோம். வளர்ந்த ஒருவரின் உடலில் 300,00,00,00,00,000 அதாவது முப்பது ட்ரில்லியன் எண்ணிக்கையில் செல்கள் உள்ளன. ரத்தச் சிவப்பணு, மூளையில் உள்ள நியூரான் செல்கள், விழித்திரையில் ஒளியை உணரக்கூடிய பார்வை செல்கள் இன்சுலின் சுரக்கக்கூடிய கணைய செல்கள் என சுமார் இருநூறு வகை செல்கள் மனித உடலில் உள்ளன. சிவப்பணு செய்யும் அதே பணிகளை மூளையில் உள்ள நியூரான் செல்கள், செய்யாது. பார்வை செல்கள் பணி முற்றிலும் வித்தியாசமானது. எனவே ஒவ்வொரு வகை செல்களும் தனித்தனி சிறப்புச் செயல்களை செயல்படுத்த வேண்டும். இப்படி ஒவ்வொரு வகை செல்களும் தனிச்சிறப்பு செயல்களை மேற்கொள்ள அந்தச் செல்லின் ஜினோமில் புளூபிரின்ட் இருக்க வேண்டும்.

வரைவு கட்டிட வரைபடத்தைக் கட்டிடப் பொறியாளர் பார்வை செய்து எங்கே சுவர் வேண்டும்; எங்கே பில்லர் எழுப்ப வேண்டும் என அறிந்து கட்டுவார். அதே கட்டிட வரைபடத்தைப் பார்க்கும் மின்பொறியாளர் எங்கே ஒயர் செல்ல வேண்டும்;

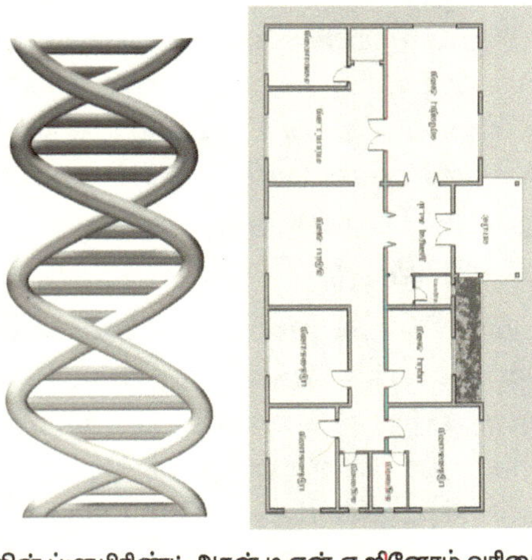

ஒவ்வொரு செல்லின் ப்ளூபிரிண்ட் அதன் டி.ஏன்.ஏ ஜினோம் வரிசையில் உள்ளது.

எங்கே சுவிட்ச் பொருத்த வேண்டும் என அறிந்து செயல்படுவார். அதே போல பிளம்பர் போன்ற பல்வேறு நிபுணர்களும் அதேகட்டிட வரைபடத்தின் பல்வேறு பகுதிகளை உற்றுநோக்கி செயல்படுவார்கள். அதுபோல சிவப்பணு, நியூரான் பார்வை செல் என ஒவ்வொரு வகை செல்களும் ஜினோமின் சில சிறப்புப் பகுதிகளை மட்டும் படித்து செயல்படும். ஒவ்வொரு செல்லிலும் உள்ள ஜினோமில் எந்த வகை செல்லாக இருந்தாலும் அந்த செல் இயங்க வேண்டிய வரைவுத் திட்ட புளுபிரிண்ட் உள்ளது. அந்த புளுபிரிண்டின் பல்வேறு பகுதிகளை வெவ்வேறு வகை செல்கள் படித்து செயல்படும்.

காலையில் இட்லி, உப்புமா எனப் பகல் உணவு அருந்துகிறோம். மதியம் பிரியாணி, சோறு, சாம்பார் என மதிய உணவு அருந்துகிறோம். இடையில் பசித்தல் டீ, வடை, போண்டாபோன்ற சிற்றுண்டிகளை உண்கிறோம். அதேபோல நேரம், காலம் பார்த்து செல்கள் குறிப்பிட்ட இயக்கத்தை மேற்கொள்ள வேண்டும். ரத்தத்தில் குளுகோஸ் அதிகம் என்றால் இன்சுலின் சுரக்கவேண்டும். மற்ற நேரத்தில் கூடுதலாகச் சுரக்கக்கூடாது. அதே போல நடவு செய்த சுமார் ஐம்பது நாட்களில் கத்திரிச் செடி பூக்க வேண்டும். அதற்கு முன்னர் பூத்துவிடக்கூடாது. வெள்ளை மற்றும் ஊதா நிறக் கலவை கொண்ட மலர்களை உருவாக்க வேண்டும். அதன் பின்னர் உருண்டை அல்லது நீள் உருண்டை வடிவிலான காயை உருவாக்க வேண்டும். அந்த உயிரியின் இயக்கத்தில் எந்த கட்டத்தில் எந்தச் செயல் நடைபெற வேண்டும் என்பதற்கான புளுபிரிண்ட் அதே ஜினோமில் உள்ளது. அதுமட்டுமல்ல, தன்னைத் தக்க வரும் பூச்சிகள் மற்றும் நுண்ணுயிரிகளை ஒடுக்கும் விதமாக ஸ்டிராய்டல் கிளைக்கோஆல்கலாய்டுகள் *(Steroidal glycoalkaloids)* எனப்படும் நச்சுப் பொருளை தயார் செய்யவேண்டும். இந்த கிளைக்கோஆல்கலாய்டுதான் கத்திரிக்காய்க்கு கசப்புத் தன்மையைத் தருகிறது. இதற்கான சமையல் குறிப்பு அதன் ஜினோம் என்றும் மரபகராதியில் உள்ளது.

அந்தந்த உயிரியின் அமைப்பு, என்னென்ன செயல்களை, எப்போது, எந்த அளவுக்கு எதுவரை செய்ய வேண்டும் என்பது போன்ற அமைப்பு மற்றும் இயக்கத் திட்டம் அவற்றின் டி.என்.ஏ. வில் உள்ளது. அந்தந்த செல்கள் தயார் செய்து சுரக்க வேண்டிய புரதங்களை உருவாக்கும் செய்முறை அடங்கிய சமையல் கையேடு - டி.என்.ஏ. இதுதான் உயிரின் புத்தகம்.

2
உயிரின் மொழி

தக்காளிப் பழம் சிவப்பாகக் குண்டு குண்டாகத் தயார் ஆகவேண்டும். முருங்கைக்காய் நீளமாகக் காய்க்க வேண்டும். நீரின் அடியில் நீரில் கரைந்துள்ள ஆக்ஸிஜனை எடுத்துக்கொள்ளும் படியாக மீனுக்கு செதில்கள். வறண்ட பாலையில் வாழும் கள்ளிச்செடி நீரை வீணடிக்காமல் இருக்க பரப்பளவு குறைந்த முள் போன்ற இலைகள். இப்படி ஒவ்வொரு உயிருக்கும் தனித்தனியான கட்டமைப்பு, செயற்கூறு மற்றும் குணங்கள் உள்ளன. இவை எப்போது எப்படி நடைபெறவேண்டும் என்ற குறிப்பு அந்தந்த உயிரியின் டி.என்.ஏ. எனும் உயிர்ப் புத்தகத்தில் பதியப்பட்டுள்ளது.

ஒவ்வொரு புத்தகமும் எதாவது ஒரு மொழியில் எழுதப்பட்டிருக்க வேண்டும். டி.என்.ஏ. புத்தகத்தின் மொழி என்ன? எழுத்துக்கள் என்ன?

'அ ஆ இ ஈ' போன்ற 12 உயிர் எழுத்துகள், 'க் ங் ச் ஞ் ட்' போன்ற 18 மெய் எழுத்துகள் 'க ங ச ஞ ட' போன்ற 216 உயிர் மெய் எழுத்துகள் ஃ எனும் ஆயுத எழுத்தோடு சேர்ந்து மொத்தம் இருநூறு நாற்பது ஏழு எழுத்துக்கள் கொண்டது தமிழ். ஆங்கிலம் என்றால் a, b, c, d போன்ற இருபத்து ஆறு எழுத்துக்கள். கம்போடிய நாட்டில் பேசப்படும் கெமர் மொழியில் மொத்தம் 33 மெய் எழுத்துகள் மற்றும் இவற்றின் பிணைப்பில் உருவாகும் உயிர்மெய் எழுத்துக்கள் மேலும் கூடுதலாகத் தனித்த 12 தனி உயிர் எழுத்துக்கள் கொண்டது. இதில் உள்ள ஒரு வார்த்தையில் எழுபத்து நான்கு எழுத்துக்கள் உள்ளன! கூடுதல் எழுத்துக்களுள்ள மொழியென இதைப் பலரும் கூறுவர். ஆகக் குறைந்த எழுத்துக்கள் கொண்டது பாப்பா நியூகினியில் பேசப்படும் ரோட்டோகாஸ் (Rotokas) மொழி. இதில் வெறும் பதினோரு எழுத்துக்கள்தான். சீன மொழியின் எழுத்து வடிவத்தை எடுத்துக்கொண்டால் பத்தாயிரத்துக்கும் மேற்பட்ட குறிகள்.

ஆனால் உயிரின் கையேட்டு நூலான டி.என்.ஏ.வில் எத்துனை எழுத்துக்கள் எழுதப்பட்டுள்ளன தெரியுமா? உயிரிகளின் சமையல்

கையேடு வெறும் நான்கே நான்கு எழுத்துக்களில் எழுதப்பட்டுள்ளது. உயிரின் இயக்கம்போன்ற சிக்கல் மிகுந்த தகவல்கள் அனைத்தையும் வெறும் நான்கே நான்கு எழுத்துக்களைக் கொண்டு எழுதிவிட முடியுமா என்ற வியப்பு ஏற்படலாம். கணினியின் மொழி கணிதம் சார்ந்த பைனரி எண்கள் - 0-1. வெறும் இரண்டே இரண்டு எழுத்துக்களை கொண்டு சிக்கல் நிறைந்த கணினி ஆணைத் தொடர்களை எழுதிவிட முடியும். அதி மீ ஆற்றலுடன் இயங்கும் கணினியும் வெறும் இரண்டே இரண்டு எழுத்துக்கள் கொண்ட பைனரி மொழியில்தான் செயல்படுகிறது.

கணினியின் மொழி கணிதம் என்றால் உயிரின் மொழி வேதியியல் ஆகும். குறிப்பாக உயிரி வேதியியல். கணினியின் மொழியின் எழுத்து பைனரி என்றால், உயிரி வேதியியல் மொழியின் எழுத்துக்கள் அடினைன், தைமின், குவானைன், சைட்டோசின் ஆகிய நான்கு வேதிப்பொருட்கள். இவற்றை நியூக்ளியோடைடுகள் என்பார்கள். சுருக்கமாக இவற்றின் முதல் எழுத்துக்கள் கொண்டு *A, T, G, C* என விளிப்பார்கள். டி.என். ஏ. வாக இல்லாமல் ஆர்.என்.ஏ. எனப்படும் வேறொரு வடிவில் ஜினோம் இருந்தால் அதில் *A, U, G, C* என நான்கு எழுத்துக்கள் இருக்கும். தைமின் எனும் *T*க்குப் பதிலாக யுரேசில் எனும் *U*.

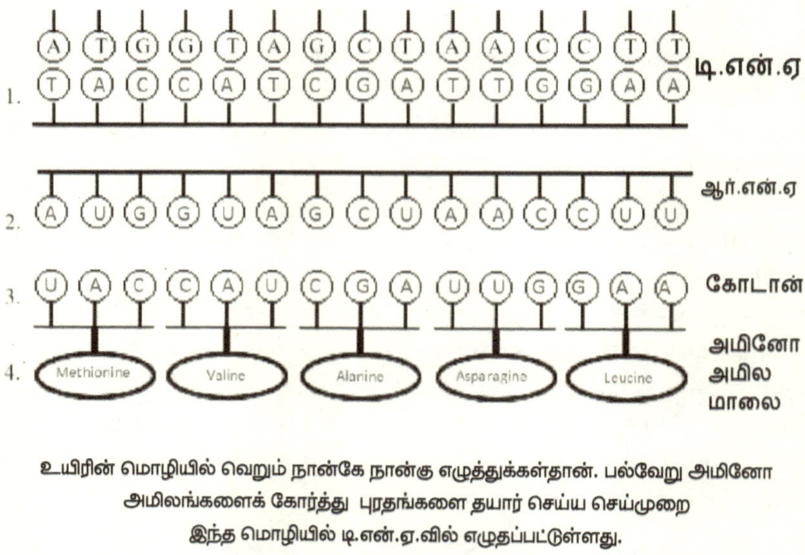

உயிரின் மொழியில் வெறும் நான்கே நான்கு எழுத்துக்கள்தான். பல்வேறு அமினோ அமிலங்களைக் கோர்த்து புரதங்களை தயார் செய்ய செய்முறை இந்த மொழியில் டி.என்.ஏ.வில் எழுதப்பட்டுள்ளது.

கணினியின் புரோகிராம் எனப்படும் ஆணை நிரல் தொடர் 0. 1 என்ற பைனரி எண்களின் வரிசை தொடர்தான். அதுபோல நமது உயிரியக்க செயற்பாட்டின் புரோகிராம் ஆணை நிரல் தொடர் A,T,G,C (அல்லது AUGC) என்ற நான்கு குறிகளின் வரிசையே ஆகும்.

எல்லா உயிரிகளின் உயிர் செய்முறை கையேடாகத் திகழும் டி.என்.ஏ. அதே எழுத்துக்களில் எழுதப்பட்டிருந்தாலும் ஒவ்வொரு புத்தகத்தின் அளவும் வெவ்வேறு. ஒன்றாம் வகுப்புப் புத்தகம் பெரிய பெரிய எழுத்துக்களில் அச்சிடப்பட்டு தடிமன் குறைந்தும், பன்னிரண்டாம் வகுப்புப் புத்தகம் கிலோ கணக்கில் தடிமன் தடிமனாக இருப்பதுபோலப் பல்வேறு உயிரிகளின் ஜீனோம் புத்தகத்தில் உள்ள எழுத்துக்களின் எண்ணிக்கை வேறுபடும்.

எடுத்துக்காட்டாக நம்மை இன்று பாடாய்ப்படுத்திவரும் நாவல் கொரோனா வைரஸின் ஜீனோம் எனும் மரபகராதியில் வெறும் முப்பதாயிரம் எழுத்துக்கள் மட்டுமே உள்ளன. அதே சமயம் நெல் செடியின் ஜீனோமில் 43 கோடி நியூக்ளியோடைடு ஜோடிகள். ஒரு செல் உயிரியான ஈஸ்ட்டு செல்லில் 1.2 ஜோடி நியூக்ளியோடைடுகள் உள்ளன.

மனிதனைப் பொருத்தவரை இருபத்து மூன்று ஜோடி குரோமோசோம்களிலும் மொத்தமாக உள்ள நியூக்ளியோடைடு ஜோடிகளைக் கணக்கு செய்தால் அது சுமார் 320 கோடி. சமீபத்தில் மனிதனின் முழு டி.என்.ஏ. வை வரிசைப்படுத்தியுள்ளனர். அதில் மனித டி.என்.ஏ. வில் 311,72,75,501 எழுத்துக்கள் உள்ளன என இனம் கண்டுள்ளனர்.

ஒன்றாம் வகுப்புப் புத்தகம் தடிமன் குறைந்தும், பன்னிரண்டாம் வகுப்புப் புத்தகம் கிலோ கணக்கில் தடிமன் தடிமனாக இருப்பது போல உயிரியின் சிக்கலைப் பொருத்து அதன் ஜீனோம் புத்தகத்தில் உள்ள எழுத்துக்களின் எண்ணிக்கை வேறுபடும் என்று எளிதில் தவறாக முடிவுக்கு வரவேண்டாம். சிக்கல் மிகுந்த உயிரிகளின் டி.என்.ஏ.வில் கூடுதல் எழுத்துக்கள்; சிக்கல் குறைவான உயிரிகளில் குறைவான எழுத்துக்கள் என நாம் தவறாக கருதி விடக்கூடாது.

பழங்களை மொய்க்கும் சிறு பூச்சிக்கு 1.3 கோடி நியூக்ளியோடைடு ஜோடிகள்; மலைப்பாம்புக்கு 15 கோடி நியூக்ளியோடைடு ஜோடிகள், தேனீ 177 கோடி. வியப்பாக ஒரு

செல் அமீபாவுக்கு 6,700 கோடி! மனிதனைவிட 21 மடங்கு கூடுதல். சாலமாண்டர் எனும் ஒருவகை பல்லிக்கு 7,650 கோடி நியூக்ளியோடைடு ஜோடிகள்! ஏன் இப்படி? ஒரு உயிரிக்குக் கூடுதல், ஒன்றுக்கு குறைவு. உயிரிகளின் வடிவம், சிக்கல் சார்ந்தும் உயிர்ப் புத்தககத்தின் அளவு அமையவில்லை. ஏன் பல்வேறு உயிரிகளுக்கு வெவ்வேறு அளவுகளில் ஜினோம் உள்ளது என்பது இன்னமும் முழுமையாக விளங்காத புதிர்தான்.

டி.என்.ஏ.வின் அடிப்படை அலகு நியூக்ளியோடைடு; குறிப்பிட்ட உயிரியின் அனைத்து மரபணுத் தகவல்களும் தொகுப்பாக ஜினோம் என்பார்கள். அதாவது ஓர் உயிரியின் மொத்த டி.என்.ஏ.க்களின் நியூக்ளியோடைடு வரிசைதான் ஜினோம் வரிசை; அல்லது ஜினோம்.

சென்னைத் தமிழ் என்றாலும் மதுரை, கோவை, நாகர்கோவில் தமிழ் என்றாலும், ஸ்ரீலங்கா, மலேசியா என உலகெங்கும் தமிழ் அ ஆ... என்ற எழுத்துகளால்தான் எழுதப்படுகின்றன. அதேபோல உலகில் உள்ள எல்லா உயிரிகளிலும் இதே ATGC (AUGC) நான்கெழுத்துகளைக் கொண்டுதான் டி.என்.ஏ. மரபணு உள்ளது (இது குறித்து பின்னர் விரிவாக விளக்கப்படும்.)

ஆதிகால ஒருசெல் உயிரியின் வளர்ச்சியில்தான் அனைத்து உயிரிகளும் பரிணாமப் படிநிலை வளர்ச்சியில் உருவானது. எனவே தான் வைரஸ், பாக்டீரியா, புல், பூண்டு, புழு, மரம், பலவகை மிருகம், பறவை, பாம்பு, மீன், திமிங்கலம், யானை, பூனை, மனிதர் என எல்லா உயிரிகளின் உயிர்ப் புத்தக மொழி ஒன்றுதான்! எனவேதான் ATGC (AUGC) உயிரின் மொழி.

3
உயிர்ப் புத்தகத்தின் வடிவம்

வண்ண வண்ண நிறத்தில் அட்டை; தடிமன் அட்டை, வெறும் பின் பிணைப்பில் பக்கங்களைச் சேர்த்து தயாராகும் புத்தகம், நூலால் தைக்கப்பட்டு உருவாகும் நூல் எனப் பல வடிவில் நூல்கள் உள்ளன. உயிரின் புத்தகம் ஏணியை முறுக்கியதுபோன்று இரட்டைச் சுருள் (Double helix) வடிவத்தைக் கொண்டிருக்கின்றது.

1962-ல்தான் டி.என்.ஏ.வின் வடிவம் இனம் காணப்பட்டது. டி.என்.ஏ. வடிவம் என்றதும் பலருக்கும் நோபல் பரிசு பெற்ற ஜேம்ஸ் வாட்சன் மற்றும் ஃப்ரான்சிஸ் க்ரீக் ஆகியோர்தான் உடனடியாக நினைவுக்கு வருவார்கள். ஆயினும், அடுப்பூத மட்டுமே பெண்கள் என அறிவியல் ஆய்வுகளில் ஒதுக்கி வைத்த அந்தக் காலத்தில் எக்ஸ்ரே படிகவியல் துறையில் உலகப் புகழ் பெற்றவர் ரோசலிண்ட் ஃப்ராங்க்ளின் (Rosalind Franklin). 1920-ல் லண்டனில் பிறந்த அவர் துயரமாக 1958-ல் புற்றுநோயில் மடிந்து விட்டார். அவர்தான் டி.என்.ஏ.வின் வடிவத்தை இனம் காண மிக முக்கிய ஆய்வை மேற்கொண்டார்.

ரோசலிண்ட் ஃப்ராங்க்ளின்

அந்தக் காலகட்டத்தில்தான் எக்ஸ்ரே படிகவியல் தொழில்நுட்பம் செழுமையடைந்து வந்தது. மரபுத் தகவல்களை அடுத்த தலைமுறைக்கு எடுத்துச் செல்லும் டி.என்.ஏ.வின் வடிவத்தைக் கண்டறியும் ஆய்வில் ஈடுபட்ட ரோசலிண்ட் ஃப்ராங்க்ளின் மிக முக்கியமான எக்ஸ் ரே படிகவியல் புகைப்படத்தை எடுத்துவிட்டார்.

இதே காலகட்டத்தில்தான் ஜேம்ஸ் வாட்சன் மற்றும் ஃப்ரான்சிஸ் க்ரீக் (James Watson and Francis Crick) ஆகியோரும் டி.என்.ஏ.வின் வடிவத்தைக் கண்டறியும் ஆய்வில் ஈடுபட்டு வந்தனர். உயிர் வேதியியலாளர் போபஸ் லெவினி (Phoebus Levene) போன்றவர்களின் ஆய்வுகளில் ஏ,டி,சி,ஜி எனும் நான்கு நியூக்ளியோடைடுகள் தான் டி.என்.ஏ.வின் அடிப்படை என விளங்கியது. பற்பல செங்கல் அடுக்குச் சுவர் எழும்புவது போல பல எண்ணிக்கையில் ஏ, டி, சி, ஜி வேதிப்பொருள்களின் அடுக்குகள் கொண்டு டி.என்.ஏ. உள்ளது என்பது தெளிவாகியது.

தமிழாட்டில் தமிழ், ஜெர்மனியில் ஜெர்மன் எனப் பல்வேறு பகுதிகளில் வெவ்வேறு மொழிகள் பேசுவது போல பல்வேறு உயரிகளுக்கு வெவ்வேறு ஜினோம் மொழி இருக்குமா அல்லது எல்லா உயிருக்கும் ஒரே மொழியா என்பது ஆய்வாளர்கள் முன்பு உதித்த முதல் கேள்வி. இந்தக் கேள்விக்கு விடை காணும் முகமாக பல்வேறு உயிரிகளின் டி.என்.ஏ.வை பகுத்து ஆய்வு செய்தார் ஆஸ்திரிய உயிர் வேதியியல் நிபுணர் எர்வின் சார்காஃப் (Erwin Chargaff). முதலாவதாக எந்த உயிரியாக இருந்தாலும் அதன் டி.என்.ஏ.வில் A,T,G,C நியூக்ளியோடைடுகள்தான் இருந்தன. எலி, பூனை, பக்டீரியாபோன்ற வெவ்வேறு உயிரிகளில் இந்த நியூக்ளியோடைடுகளின் எண்ணிக்கை வேறுபட்டது. ஆனால் இரண்டு எலிகளின் நியூக்ளியோடைடுகள் எண்ணிக்கை ஒன்றாக அமைந்தது. மேலும் வியப்பாக எந்த உயிரியாக இருந்தாலும் அதன் டி.என்.ஏ.வில் Aஇன் அளவு எப்போதும் Tஇன் அளவுக்குச் சமமாக தான் இருந்தது; அதே போல C இன் அளவு எப்போதும் Gயின் அளவுக்குச் சமமாக இருந்தது. சுருங்கக் கூறின் A=T மற்றும் G=C. என்பதாகும்.

ஆய்வகத்தில் புதிய சோதனைகளை மேற்கொள்வதற்குப் பதிலாக, வாட்சன் மற்றும் கிரிக் பெரும்பாலும் ஏற்கெனவே உள்ள இதுபோன்ற தரவுகளை சேகரித்து பகுப்பாய்வு செய்துதான் ஆய்வு செய்தனர். இந்தத் தகவல்களைத் திரட்டி டி.என்.ஏ. மூலக்கூறின் வடிவம் என்னவாக இருக்கும் என குறுக்குவெட்டுப்

ஜேம்ஸ் வாட்சன் மற்றும் ஃப்ரான்சிஸ் க்ரீக்

புதிரை விடுவிப்பதுபோல வடிவமைப்பு குறித்து ஆய்வு செய்து வந்தனர்.

ரோசலிண்ட் ஃப்ராங்க்ளின் அனுமதியில்லாமல் அவர் எழுதி வைத்திருந்த குறிப்புகளையும் எடுத்திருந்த படங்களையும் ரோசலிண்ட்டின் சக விஞ்ஞானியான வில்கின்ஸ் இந்த இருவரிடமும் காண்பித்தார். அதுவரை வடிவம் என்னவாக இருக்கும் எனத் திணறிக்கொண்டிருந்தார்கள் இவர்கள் இருவரும். ஃப்ராங்க்ளின் எக்ஸ்ரே படிகவியல் படத்தை பார்த்ததும் சட்டேன்று டி.என்.ஏ.வின் வடிவம் இரட்டைச் சுருள் வடிவத்தில் இருக்கும் எனப் புரிந்து கொண்டனர். ரோசலிண்ட் ஃப்ராங்க்ளினின் பங்களிப்பை இருட்டடிப்பு செய்து தங்கள் இருவர் பெயரில் மட்டும் கண்டுபிடிப்பை வெளியிட்டனர். பெண் என்பதால்தான் ரோசலிண்ட் ஃப்ராங்க்ளினின் ஆய்வை அடிப்படையாக வைத்து வடிவத்தை இனம் கண்டாலும் அவருக்கு டி.என்.ஏ. வடிவத்தைக் கண்டுபிடித்ததில் முறையான பங்கைத் தரவில்லை என்ற குற்றச்சாட்டு உள்ளது.

டி.என்.ஏ. எனும் உயிரி புத்தகத்தின் வடிவம் என்ன? ஏணியின் இருபுறமும் இரண்டு தண்டுகளும், அதனை இணைக்கும் எண்ணற்ற படிகளும் உள்ளதாகக் கற்பனை செய்துகொண்டால் டி.என்.ஏ. அமைப்பு எளிதில் விளங்கும். ஏணியின் தண்டுகள்

சர்க்கரை மற்றும் பாஸ்பேட் குழுக்களால் ஆன வேதிப் பொருள். கரும்பில் காணு துருத்திக்கொண்டு இருப்பதுபோல தண்டின் இடையிடையே அடினைன் (A), குவனைன் (G) சைட்டோசைன் (C) தைமின் (T) என்ற நியூக்ளியோடை (nucleotide) வேதிப் பொருள்கள் எண்ணற்ற விதத்தில் மாறி மாறி வரிசையில் இருக்கும்.

வடக்கு காந்தத் தலையுடன் தெற்குக் காந்தம் மட்டுமே இணையும். அதுபோல நான்கு டி.என்.ஏ. எழுத்துக்களில் Aவுடன் தான் T ஜோடி சேரும், அதுபோல G வுடன் C ஜோடி சேரும். எனவே ஒரு தண்டில் A இருந்தால் ஜோடி சேரும் மறு தண்டில் T தான் இருக்கும். அதேபோல G இருந்தால் மறு தண்டில் C தான் இருக்கும். A-T; T-A, G-C, C-G என்ற நான்கு வகைகளில் மட்டுமே ஜோடி சேரமுடியும்.

ஜோடி சேரும் இரண்டு எழுத்துக்கள்தான் ஏணியின் படிகள் போல அமையும். இரு தண்டுகள், நடுவே A-T; T-A, G-C, C-G போன்ற படிகள் கொண்ட இந்த ஏணி போன்ற அமைப்பை நான்கு படிகள் இடைவெளியில் ஒன்றுக்கொன்று எதிர் திசையில் முறுக்கி விட்டால் ஏற்படும் இரட்டைச் சுருள் வடிவம்தான் டி.என்.ஏ.வின் வடிவம்.

பண்டைய காலத்தில் பனையோலையில் எழுதிய திருக்குறளை நாம் அச்சு வடிவல் பிரசுரித்துப் படிக்கிறோம். அதுபோல

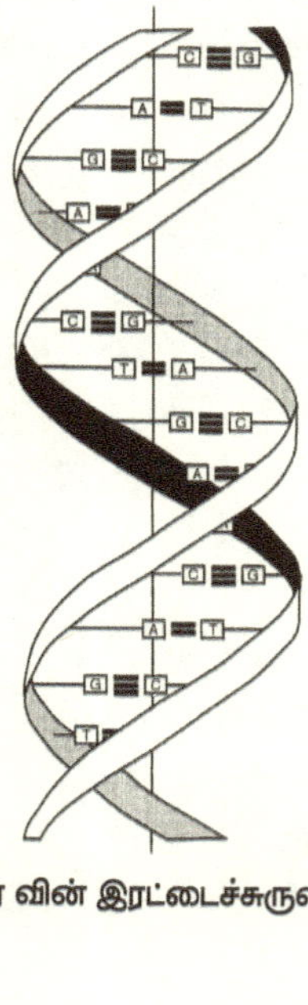

டி.என்.ஏ வின் இரட்டைச்சுருள் வடிவம்

ஜினோம் தகவல்கள் டி.என்.ஏ. அல்லது ஆர்.என்.ஏ. என்ற இரண்டு ஜினோம் பொருள்களில் இருக்கலாம். டிஆக்சி ரைபோநியூக்ளிக் அமிலம் எனும் மூலக்கூறை டி.என்.ஏ. எனச் சுருக்கிக் கூறுவதுபோல ரைபோநியூக்ளிக் அமிலம் எனும் மூலக்கூறைத் தான் ஆர்.என்.ஏ. என்கிறோம்.

மனிதன் விலங்கு உட்பட பெரும்பாலான உயிரினங்களில் டி.என்.ஏ. என்ற ஜினோம் பொருளில் தகவல்கள் பதியப்பட்டுள்ளது. நாவல் கொரோனா வைரஸ் போன்ற சில உயிரிகளில் ஆர்.என்.ஏ. என்ற ஜினோம் பொருளில் பதியப்பட்டுள்ளது. ஆயினும் டி. என்.ஏ. கொண்ட உயிரியாக இருந்தாலும் அந்த டி.என்.ஏ.விலிருந்து ஆர்.என்.ஏ பிரதி உருவாக்கித் தான் அமினோ அமிலங்கள் மற்றும் புரதங்கள் உருவாகும் (இது குறித்து பின்னர் விளக்கமாக காண்போம்)

பண்டைய காலத்தில் "லை, ணா, றா" போன்ற எழுத்தை எழுதிய விதம் வேறு. இன்று சிலர் "ஜன்னல்" என்று எழுதுவதை வேறு சிலர் "சன்னல்" என எழுதுகிறார்கள். அதுபோல ஆர்.என்.ஏ உருவாகும்போது *T* க்கு பதில் *U* தான் ஆர்.என்.ஏ வில் இருக்கும்.

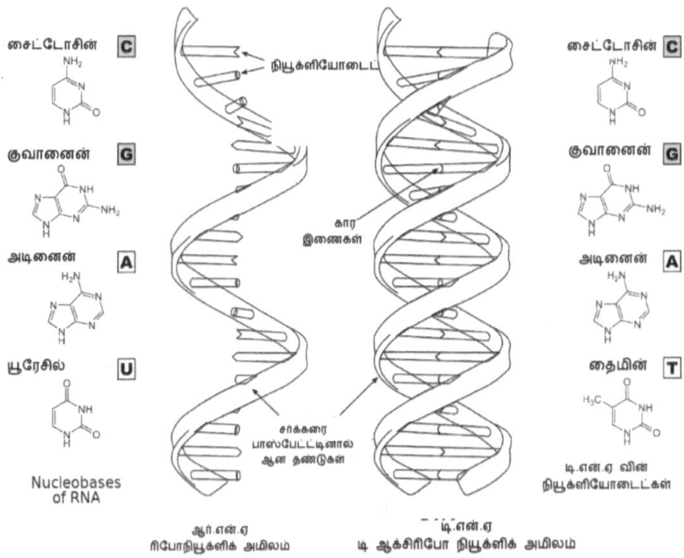

ஒரேஒரு ஜினோம் வரிசை மட்டும் கொண்ட ஆர்.என்.ஏ. ஜோடி வரிசை கொண்ட டி.என்.ஏ- இரண்டிலும் நான்கு எழுத்துகள்தான். எளிமையாகக் கூறினால் டி.என்.ஏ. வை நீளவாக்கில் இரண்டாகப் பிரித்து Tக்குப் பதில் U என்று மாற்றினால் அது ஆர்.என்.ஏ. எனக் கொள்ளலாம்.

மற்ற எழுத்துக்களில் மாற்றம் இருக்காது. மிக மிக அரிதாக, ஆர்.என்.ஏ.வில் தைமினும் டி.என்.ஏ.வில் யுராசிலும் காணப்படும். இவை விதிவிலக்கு. பொதுவே ஆர்.என்.ஏ.வை வைத்துத்தான் புரதங்கள் உருவாகும். எனவே ஜினோம் வரிசை அதாவது மரபணு வரிசையை எழுதும்போது *AUGC* என்ற குறியன்களைத் தான் பொதுவே பயன்படுத்துவார்கள். அதாவது *T* (தைமின்)க்குப் பதில் *U*(யுராசில்) என்ற எழுத்தைப் பயன்படுத்துவார்கள். தைமின் மற்றும் யுராசில் சற்றேறக்குறைய ஒரே வேதித் தன்மை கொண்டவை.

புயூரின் எனப்படும் நைட்ரஜன் உள்ளடக்கிய ஒரு மூலக்கூறிலிருந்து அடினைன் மற்றும் குவானைன் ஆகிய நியூக்ளியோடைடு மூலக்கூறுகள் உருவாகும். பிரிமிடின் எனப்படும் நைட்ரஜன் உள்ளடக்கிய ஒரு மூலக்கூறில் இருந்து சைட்டோசின், யுரஸில் மற்றும் தைமின் மூலக்கூறுகள் உருவாகும். தேநீரிலும் காஃபியிலும் உள்ள கஃபின் எனப்படும் மூலக்கூறு புயூரின் வகை மூலக்கூறு. தியாமின் (வைட்டமின் பி 1) மற்றும் பாக்டீரியா மற்றும் வைரஸ் நோய்களுக்கான சிகிச்சையில் பயன்படுத்தப்படும் சல்பாடியாசின், சல்பமரசைன் மற்றும் சல்பமெதாசின் முதலியவை பிரிமிடின் கொண்டு தயாரிக்கப்படுகிறது.

விதிவிலக்கு

எல்லோரும் சிவப்பு விளக்கில் ரோட்டில் நிற்கவேண்டும். ஆனால் ஆம்புலன்ஸ் நிற்காமல் கடந்து போகமுடியும். அதுபோல எல்லா விதிகளுக்கும் விதிவிலக்கு உண்டு.

மனிதனின் எல்லா டி.என்.ஏ.வும் இருபத்து மூன்று ஜோடி குரோமோசோம்களில் உள்ளன என்றாலும் சிறிய அளவு மரபணு மைட்டோகாண்ட்ரியா எனும் செல் உறுப்புகளில் உள்ளது. இவை ஒருகாலத்தில் தனித்து வாழும் பாக்டீரியாவாக இருந்த ஓர் உயிரி கபளீகரம் செய்யப்பட்டு செல்களின் ஓர் உறுப்பாக மாறிப்போன பகுதி என விஞ்ஞானிகள் கருதுகின்றனர்.

டி.என்.ஏ. வடிவில் மட்டுமே எல்லா உயிரிகளிலும் மரபணு வரிசை அமையவில்லை. விதிவிலக்கு உண்டு. சில வகை வைரஸ்களில் மரபணுத் தொடர் ஆர்.என்.ஏ. வகையைச் சார்ந்தது. நாவல் கொரோனா வைரஸின் மரபணுத் தொடரும் ஆர்.என்.ஏ. தான். டி.என்.ஏ. இல்லை.

4

மூன்று எழுத்தில் மூச்சு

நம்மைப் பீதி கொள்ளச் செய்யும் நாவல் கொரோனா வைரஸின் ஆர்.என்.ஏ. தொகுதியின் மரபணு வரிசை அதாவது ஜினோம் வரிசை செய்துவிட்டார்கள். சுமார் முப்பதாயிரம் 'எழுத்துக்கள்' கொண்ட நாவல் கொரோனா வைரஸின் உயிர்ப் புத்தகத்தின் முதல் மரபணுவின் இருபத்தேழு எழுத்துக்கள் இதோ:-

auggagagccuugucccugguuucaac

இதன் பொருள் என்ன? இந்த எழுத்துக்கள் என்ன புரதச் சங்கிலியை சுட்டுகிறது? தலையும் புரியவில்லை, காலும் புரியவில்லை அல்லவா?

தமிழ், ஆங்கிலம், ஆப்பிரிக்காவில் போட்ஸ்வானா என்னும் நாட்டில் பேசப்படும் !Xந்ம் என்ற மொழி என எதுவாக இருந்தாலும் சரி; நமக்கு படிக்கத் தெரியாவிட்டாலும் அந்த மொழியைப் பேசுபவர்கள் உள்ளனர். எனவே எந்த மொழியில் எழுதினாலும் அந்த மொழி தெரிந்தவர் அதைப் படித்துவிடலாம். ஆனால் நம்மில் எவருக்கும் உயிரின் மொழி தெரிந்து இருக்கவில்லை.

தமிழ் மொழியில் நாம் இடது பக்கத்திலிருந்து வலது பக்கமாக எழுதுகிறோம். உருது மொழியில் வலது பக்கத்திலிருந்து இடது பக்கமாக எழுதுகிறார்கள். உயிரின் மொழியான ஜினோமில் *A,T,G, C* ஆகிய நான்கு எழுத்துக்களில் ஜினோம் மரபகராதி டி.என்.ஏ. உள்ளது என நமக்குத் தெரியும். ஆனால் ஒவ்வொரு வார்த்தைக்கும் எவ்வளவு எழுத்து? வலமிருந்து இடமா, இடமிருந்து வலமா? எப்படிப் படிப்பது? இவைகூட சமீப காலம்வரை புதிராகத் தான் இருந்தது.

இதேபோல இன்னமும் மொழியே அழிந்து போய்விட்டதால் சிந்து சமவெளி நாகரிகத்தின் எழுத்துக்களை இன்றளவும் நம்மால் படிக்க முடியவில்லை. இன்றும் அவை புதிர்தான். ஆனால் யுக்தி

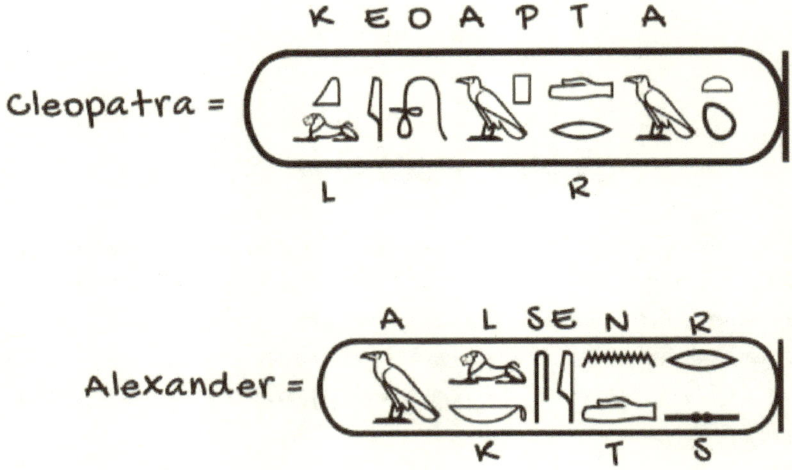

ஹைரோகிளிஃப்

மூலம் பண்டைய எகிப்திய ஹைரோகிளிஃப் (hieroglyphs) எழுத்தை அடையாளம் கண்டுபிடித்துவிட்டோம். ஒரு காலத்தில் எகிப்தில் வாழ்ந்தவர்கள் ஹைரோகிளிஃப் எனும் சித்திர எழுத்துரு எழுத்துக்களைப் பயன்படுத்தி வந்தனர். பறவைகள், சூரியன், சிங்கம் போன்ற பல உருவங்கள்தாம் எழுத்துக்களைப்போலப் பயன்படுத்தப்பட்டது. இந்த மொழி அழிந்து போனதால் பண்டைய எகிப்து கல்வெட்டுக்கள் பிரமிடுகளில் எழுதி வைத்ததைப் படிக்க முடியாமல் போனது.

அப்போதுதான் அந்த அதிசயம் கிடைத்தது. 1799ல் நெப்போலியன் எகிப்தின் மேல் படை எடுத்தபோது ரொசட்டா எனும் பகுதியில் ரொசட்டா ஸ்டோன் எனப்படும் கல்வெட்டு ஒன்றைக் கண்டெடுத்தார். ஐந்தாம் தொலெமியினால் கி.மு.1961ஆம் ஆண்டில் இந்தக் கல்வெட்டு வெளியிடப்பட்டது. இதில் பண்டைய எகிப்திய ஹைரோகிளிஃப் எழுத்து, அதன் பின்னர் அதே செய்தி பண்டைய எகிப்து மக்கள் பேசிப் பயன்படுத்திய டிமாடிக் மொழியின் எழுத்து மற்றும் பண்டைய கிரேக்க மொழி ஆகிய மூன்று மொழிகளில் ஒரே செய்தி கல்வெட்டாகச் சாசனம் செய்யபட்டிருந்தது.

ஜேன்-பிராங்கோயிஸ் சம்போலியன் (Jean-François Champollion) என்பார் இந்தக் கல்வெட்டைப் பயன்படுத்தி பண்டைய ஹைரோகிளிஃப் எழுத்துப் புதிரை விடுவித்தார்.

முனைவற்ற (nonpolar)	முனைவுக்குரிய (polar)	கார (basic)	அமில (acidic)	நிறுத்த முக்குறியம் (stop codon)

வழக்கமான மக்குறிய அட்டவணை

1ஆம் தாங்கி	2ஆம் தாங்கி								3ஆம் தாங்கி
	T		C		A		G		
T	TTT	(Phe/F) பினைல்அலனின்	TCT	(Ser/S) செரைன்	TAT	(Tyr/Y) டைரோசின்	TGT	(Cys/C) சிஸ்டீன்	T
	TTC		TCC		TAC		TGC		C
	TTA	(Leu/L) லியூசின்	TCA		TAA	நிறுத்த முக்குறியம் (Ochre)	TGA	நிறுத்த முக்குறியம் (Opal)	A
	TTG		TCG		TAG	நிறுத்த முக்குறியம் (Amber)	TGG	(Trp/W) டிரிப்டோபான்	G
C	CTT		CCT	(Pro/P) புரோலின்	CAT	(His/H) ஹிஸ்டிடின்	CGT	(Arg/R) ஆர்ஜினின்	T
	CTC		CCC		CAC		CGC		C
	CTA		CCA		CAA	(Gln/Q) குளூட்டமின்	CGA		A
	CTG		CCG		CAG		CGG		G
A	ATT	(Ile/I) ஐசோலியூசின்	ACT	(Thr/T) திரியோனின்	AAT	(Asn/N) அஸ்பரஜின்	AGT	(Ser/S) செரைன்	T
	ATC		ACC		AAC		AGC		C
	ATA		ACA		AAA	(Lys/K) லைசின்	AGA	(Arg/R) ஆர்ஜினின்	A
	ATG[1]	(Met/M) மெத்தியோனின்	ACG		AAG		AGG		G
G	GTT	(Val/V) வாலின்	GCT	(Ala/A) அலனைன்	GAT	(Asp/D) அஸ்பார்டிக் அமிலம்	GGT	(Gly/G) கிளைசின்	T
	GTC		GCC		GAC		GGC		C
	GTA		GCA		GAA	(Glu/E) குளூட்டாமிக் காடி	GGA		A
	GTG		GCG		GAG		GGG		G

ஜெனோம் குறியம்

எடுத்துக்காட்டாக எட்டு முறை கல்வெட்டில் கிரேக்க மொழியில் தொலெமி என்ற பெயர் வந்துள்ளது என்றால் எந்த 'வார்த்தை' எட்டு முறை ஹைரோகிளிஃப் கல்வெட்டில் உள்ளது எனக் கண்டறியலாம் அல்லவா? மேலும் பண்டைய எகிப்திய மொழியை ஒத்து இருந்த எகிப்திய காப்டிக் மொழியின் உதவி கொண்டு ஹைரோகிளிஃப் எழுத்துகளின் புதிரை அவிழ்த்தார் சம்போலியன்.

நாவல் கொரோனா வைரஸின் உயிர்ப் புத்தகத்தின் முதல் மரபணுவின் இருபத்தேழு எழுத்துக்கள்

auggagagccuugucccugguuucaac

இந்த உயிரின் மொழி; ரகசிய சங்கேதக் குறியீட்டு மொழியில் எழுதப்பட்டுள்ளது. இந்தப் புதிரை எப்படி அவிழ்ப்பது?

சிறு வயதில் நாம் விளையாட்டாக ரகசியக் குறிமுறை ஏற்படுத்திக்கொண்டு தம்பி, தங்கைகளுடன் விளையாடி இருப்போம். எடுத்துக்காட்டாக ஆங்கில எழுத்துக்கள் 26. எளிய முறையில் A=01, B=02, C=03, E=05 … L=12 … X=24….Z=26 என்று ஆங்கில எழுத்துக்களுக்கு குறியமைப்பு செய்துகொள்ளலாம். இப்போது 01, 05, 12, 24 முதலியன குறியன் எனவும் A E L X முதலியன குறியன் சுட்டும் பொருள் எனவும் ஆகும்.

மேலே கூறப்பட்ட ரகசிய மொழியில் 16012020011З என்று எழுதினால் அதன் பொருள் என்ன? கண்டுபிடியுங்கள் [விடை PATTAM] இதுபோல உயிரின் மொழியில் உள்ள ATGC ஆகிய நான்கு வேதிப்பொருள்கள் குறியன்களாக செயல்படுகின்றன என விஞ்ஞானிகள் யூகம் செய்தனர்.

மேலே நாம் பார்த்த A=01, B=02 என்ற எடுத்துக்காட்டில் ஒரு குறியனில் 01, 05, 12, 24போல இரட்டை இலக்கத் தொகுதி உள்ளது. A=1, B=2 என்று ஒற்றை இலக்கத்தில் ஏன் எழுதவில்லை? ஏன் A=01, B=02 என இரட்டை இலக்கக் குறியன்களை அமைக்க வேண்டும்? சிந்தனை செய்து பாருங்கள்.

A=1, B=2 V= 22 Z= 26 என்று குறியன் அமைப்பை ஏற்படுத்திக்கொண்டால் சில குறியன்கள் ஓர் இலக்க எண், சில இரண்டு இலக்க எண் என அமையும். எனவே 16012020011З என்ற ரகசியக் குறி வார்த்தையில் முதலில் வரும் 16 ஐ (1= A; 6= F) AF அல்லது (16=) P என இரண்டு விதமாக பொருள் கொள்ளலாம். ஒரு குறிக்குப் பல பொருள் இருந்தால் ரகசிய மொழியின் உண்மை பொருள் விளங்காமல் திணறி திக்குமுக்காடி விடுவோம். ஒரு பொருளுக்குப் பல குறி இருக்கலாம் தப்பில்லை. ஆனால் ஒரு குறிக்கு ஒரு பொருள்தான் இருக்க வேண்டும். மேலே கூறப்பட்ட குறியீட்டு மொழியில் எல்லா குறியன்களும் இரண்டு இலக்க எண் என்றால் குழப்பமே ஏற்படாது. எனவேதான் ஆங்கில எழுத்துக்களை குறியன் முறை செய்யும்போது ஒவ்வொரு எழுத்துக்கும் இரண்டு இலக்க எண் அளிக்க வேண்டும். சிலவற்றுக்கு ஒரு இலக்கம், சிலவற்றுக்கு இரண்டு இலக்கம் என்பது குழப்பம் விளைவிக்கும்.

ஜினோம் மொழி என்பது வேதிவினை. எனவே தமிழில் 'மாலை' என்ற சொல் இரண்டு பொருள்கள் சுட்டுவதுபோல ஜினோம் மொழி அமைய முடியாது. அமைந்தால் குழப்பம்தான் ஏற்படும். ஒரு வேதிவினைக்குப் பதிலாக வேறு வினை ஏற்பட்டு தப்பும் தவறும் ஏற்படும். எனவே குறிப்பிட்ட குறியான் தனித்துவமான ஒரே ஒரு பொருளைத் தான் சுட்ட வேண்டும். நுண்ணறிவு அற்ற ஜடமான செல் உறுப்புக்களில் நடைபெறும் வேதி வினை என்பதால் ஜினோம் மொழியில் ஒவ்வொரு வார்த்தைக்கும் குறிப்பான பொருள் இருக்க வேண்டும். பல பொருள்கள் இருக்கக் கூடாது.

தமிழில் 'தீ' என்ற ஓர் எழுத்து ஒரு வார்த்தை. 'கல்' எனும் இரண்டு எழுத்து வார்த்தை. 'மூன்று' என்பது மூன்று எழுத்து வார்த்தை. ஜினோம் மொழியில் இது சாத்தியம் இல்லை. ஆங்கில எழுத்துக்களில் இரட்டை இலக்க குறியன்களைதான் அமைக்க வேண்டும். சில ஒரு இலக்கம் சில இரண்டு இலக்கம் என அமைந்தால் குழப்பம் ஏற்படும் என முன்பே கண்டோம் அல்லவா?. அதுபோல ஜினோம் குறியன்களும் சம இலக்க அளவில்தான் அமைய முடியும்.

இதே தருக்கத்தை முன்வைத்து பிக்-பாங் பெருவெடிப்பு பிரபஞ்ச பிறப்புக் கொள்கையை உருவாக்குவதில் முக்கியப் பங்கு வகித்த ஜார்ஜ் காமோவ் தான் மூன்று மூன்று தொகுதிகள் குறியன்களாகச் செயல்படுகிறது எனக் கண்டுபிடித்தார். இதனை ஜெனோமிக்ஸ் முக்குறியம் (கோடான்) என்பார்கள்.

மொத்தம் சுமார் இருபது அமினோ அமிலங்கள் உள்ளன. இந்தப் பின்னணியில் ஜார்ஜ் காமோவ் எளிய கணிதவியல் விளக்கம் தந்தார். ஒரே ஓர் எழுத்து கொண்ட 'வார்த்தை' ஜினோம் மொழியில் இருந்தால் அவை நான்கே நான்கு அமினோ அமிலங்களைச் சுட்டும். ஆனால் இருபதுக்கும் மேற்பட்ட அமினோ அமிலங்கள் உள்ளன. எனவே ஓர் எழுத்து ஓர் அமினோ அமிலம் என்ற குறியமைப்பு போதாது. இரண்டு எழுத்துக்கள் கொண்ட வார்த்தை என்றால் *AA, AT, AG, AC* என்பதுபோல வெறும் பதினாறு அமினோ அமிலங்கள்தான் சாத்தியமாகும். எனவே இதுவும் பொருந்தி வராது. மூன்று மூன்று என்றால் *AAT AAG AAC AAG* என்பதுபோல 64 சாத்தியக்கூறுகள் ஏற்படும் எனவே, மூன்று மூன்று தொகுதிகள் தான் ஜினோம் வார்த்தை என்று யூகம் செய்தார் காமோவ்.

இதன் அடிப்படையில் இன்று *CUA* என்றால் லியூசின் *(Leu)*, *GAA* என்றால் குளூட்டாமிக் *(Glu)*, *ACC* என்றால் திரியோனின் *(Thr)* எனக் கண்டுபிடித்து விட்டோம். இப்படி ஒவ்வொரு அமினோ அமிலமும் மும்மை நியூக்ளியோடைடு முக்குறிய எழுத்துக்கள் *(triplet)* கொண்ட தொகுதி. இதுதான் ஜினோம் 'வார்த்தை'. ஜினோம் மொழியில் எல்லா வார்த்தைகளும் மூன்று எழுத்து கொண்டவை.

விளையாட்டாக ஆங்கில எழுத்துக்களுக்கு நாம் ஏற்படுத்திய இரண்டு இலக்க குறியன்கள்போல, ஒவ்வொரு அமினோ அமிலங்களை மூன்று நியூக்ளியோடைடு தொகுதி குறியன்

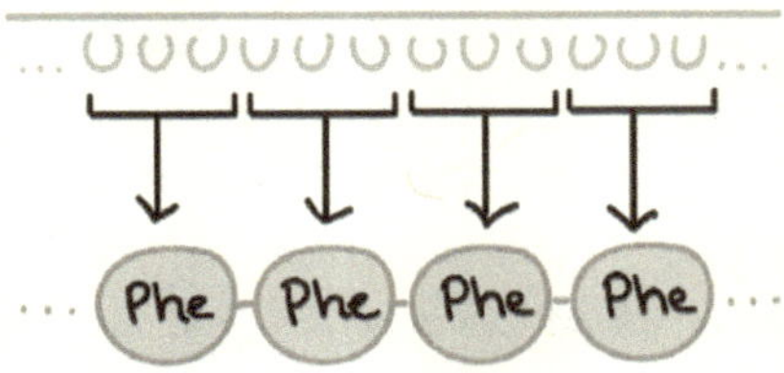

பல் **U** வரிசை கொண்ட செய்தி ஆர்,என்,ஏ

பாலி **Phe** அமினோ அமிலம் கொண்ட மாலை

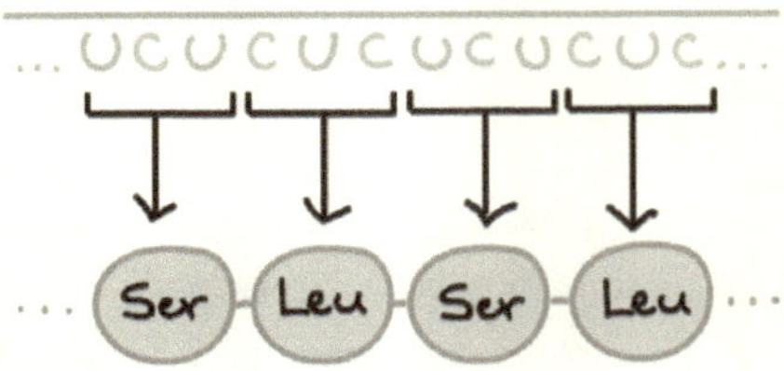

பல் **UC** வரிசை கொண்ட செய்தி ஆர்.என்.ஏ

பல் **Ser-Leu** அமினோ அமில தொடர் வரிசை கொண்ட மாலை

சுட்டுகிறது. இந்த ரகசியத்தைக் கண்டுபிடித்ததும் உயிரின் ரகசிய மொழி அம்பலமானது. அழிந்துபோன எகிப்திய ஹைரோகிளிஃப் ஆய்வாளர்கள் மொழியைக் கண்டுபிடித்ததுபோல மர்மமான உயிரின் மொழியின் சூட்சுமத்தை ஜினோமிக்ஸ் விஞ்ஞானிகள் கண்டுபிடித்துவிட்டனர்.

ATGC (AUGC) என்ற நான்கு நியூக்ளியோடைடு எழுத்துக்கள் கொண்டு மூன்று மூன்று முக்குறிய தொகுதி அமினோ அமிலங்களை சுட்டும் சங்கேத மொழி என யூகம் செய்துவிட்டோம். ஆனால் எந்த மூன்று நியூக்ளியோடைடு கோடான் எந்த அமினோ அமிலத்தை உருவாக்குகிறது? புதிராகத் தான் பல காலம் இருந்தது. சில ஆண்டுகளிலேயே சோதனைக் கூடத்தில் பரிசோதனை மூலம் இந்தப் புதிரையும் அவிழ்த்துவிட்டார்கள் விஞ்ஞானிகள்.

1961இல் மார்ஷல் வாரன் நிரன்பெர்க் மற்றும் ஹென்ரிச் மத்தேய் மூன்று யுரஸில் UUU கொண்ட கோடான் எந்த அமினோ அமிலத்தை உருவாக்குகிறது என சோதனைக்கூடத்தில் செய்துபார்த்து கண்டுபிடித்தனர். பினைல் அலனின் (Phe) என்ற அமினோ அமிலத்தின் குறியன்தான் UUU (அல்லது TTT) எனக் கண்டுபிடித்தனர்.

பின்னர் இந்திய வம்சாவளியில் பிறந்த ஹர் கோவிந்த் கோரானா UCUCUCUCUC...என்ற தொடர்வரிசை உருவாக்கும் அமினோ அமிலங்களை இனம் கண்டு UCU என்ற முக்குறியன் (கோடான்) செரைன் (Ser) என்ற அமினோ அமிலத்தையும் CUC என்ற முக்குறிய கோடான் லியூசின் (Leu) என்ற அமினோ அமிலத்தையும் குறியீடு செய்கிறது எனக் கண்டுபிடித்தார்.

ஹர் கோவிந்த் கோரானா வின் பங்களிப்பைப் போற்றும் விதமாகக் கூகிள் டூடுல் வெளியிட்டது.

அதன் பின்னர் மார்ஷல் வாரன் நிரன்பெர்க், ஹென்ரிச் மத்தேய், ஹர் கோவிந்த் கோரானா, ராபர்ட் டபிள்யூ. ஹோலி முதலியோர் இணைந்து 1965இல் மொத்த 64 முக்குறிய கோடான்கள் குறிக்கும் அமினோ அமிலங்களை இனம் கண்டு உயிரின் மொழி புதிரை அவிழ்த்தனர். இதன் தொடர்ச்சியாக ஹர் கோவிந்த் கோரானா வுக்கும் அவரது கூட்டளிகளுக்கும் 1968இல் நோபல் பரிசு அளிக்கப்பட்டது.

பூ என்றும் சொல்லலாம். புஷ்பம் என்றும் சொல்லலாம் என்பது போல ஒரு பொருளுக்குப் பல வார்த்தைகள் உள்ளன. அதே போல சில அமினோ அமிலங்களுக்குப் பல ஜினோம் வார்த்தைகள் உள்ளன. எடுத்துக்காட்டாக *UAA UUG CUU* முதலிய மூன்றும் லியூசின் (*Leu*) எனும் அமினோ அமிலத்தைச் சுட்டும். அதேபோல *AGU AGC* முதலிய இரண்டும் செரைன் (*Ser*)னையும் *GGU GGC GGA GGG* ஆகிய நான்கும் கிளைசினையும் (*Gly*) சுட்டும். ஒவ்வொரு அமினோ அமிலத்தின் குறியன்கள் என்ன என்பதை மேலே உள்ள அட்டவணையில் காணலாம்.

மொத்தம் இருபது அடிப்படை அமினோ அமிலங்கள் உள்ளன என்றாலும் அரிதாக இதற்கும் அப்பால் வழக்கமற்ற அமினோ

அமிலங்களும் உள்ளன. ஆனால் அவை உயிரினங்களின் மரபணு முக்குறிய உந்துதால் உருவாக்கப்படுவதில்லை. அதற்கு மாறாக அடிப்படை அமினோ அமிலங்களைக் கோர்த்து தயாரிக்கப்படும் புரத மாலையில் சில புரதங்கள் வேதி வினை செய்து மாற்றியமைக்கப்படுகிறது.

அடிப்படை இருபது அமினோ அமிலங்களில் பதினொரு அமினோ அமிலங்களை நமது உடல் தயார் செய்ய முடியும். ஏனைய ஹிஸ்டிடின், ஐசோலியூசின், லியூசின், லைசின், மெத்தியோனின், பினைல் அலனின், திரியோனின், டிரிப்டோபான் மற்றும் வாலின் ஆகிய ஒன்பது அமினோ அமிலங்களை நாம் உணவு வழியே பெற்றுதான் பயன்படுத்த முடியும். செலீனோ சிஸ்டீன் மற்றும் பைரோலைசின் ஆகிய இரண்டு அமினோ அமிலங்கள் தனி முறையில் உடலில் உற்பத்தி ஆகும்.

அமினோ அமில மூலக்கூறுகளில் சுமார் பத்திலிருந்து இருபத்து இரண்டு அணுக்கள் உள்ளன. பொதுவே இவை கார்பன், ஹைட்ரஜன் ஆக்ஸிஜன், நைட்ரஜன் கொண்ட மூலக்கூறுகள். சிலவற்றில் சல்பர் இருக்கும்.

வரிசை எண்	அமினோ அமிலம்	மூவெழுத்துக் குறி	ஓரெழுத்துக் குறி
1	அலனின்	Ala	A
2	ஆர்ஜினின்	Arg	R
3	அஸ்பரஜின்	Asn	N
4	அஸ்பார்டிக் அமிலம்	Asp	D
5	சிஸ்டீன்	Cys	C
6	குளூட்டாமிக் காடி	Glu	E
7	குளூட்டமின்	Gln	Q
8	கிளைசின்	Gly	G
9	ஹிஸ்டிடின்	His	H
10	ஐசோலியூசின்	Ile	I
11	லியூசின்	Leu	L
12	லைசின்	Lys	K
13	மெத்தியோனின்	Met	M

14	பினைல்அலனின்	Phe	F
15	புரோலின்	Pro	P
16	செரின்	Ser	S
17	திரியோனின்	Thr	T
18	டிரிப்டோபான்	Trp	W
19	டைரோசின்	Tyr	Y
20	வாலின்	Val	V

அமினோ அமிலங்களை பொதுவே மூன்று எழுத்து அல்லது ஒரேமுத்து குறியில் சுட்டுவார்கள்.

மேலே உள்ள கோடான் அட்டவணையை வைத்து நாவல் கொரோனா வைரஸின் ஜினோம் வரிசையைப் படித்தால் முதல் இருபத்து ஏழு எழுத்துக்கள் - *auggagagccuugucccugguuucaac*- மெத்தியோனின்-கிளைசின்-செரைன்-லியூசின்-வாலின்-புரோலின்-கிளைசின்-பினைல்அலனின்-அஸ்பரஜின் (*Met Glu Ser Leu Val Pro Gly Phe Asn*) என்ற அமினோ அமிலத் தொடரை உருவாக்கும் என நாம் அறிந்துகொள்ளலாம். நாவல் கொரோனா வைரஸின் முதல் மரபணுவில் மொத்தம் 540 நியூக்ளியோடைடு எழுத்துக்கள் உள்ளன. இவை மொத்தம் 180 அமினோ அமிலங்களைக் கொண்ட வரிசையைத் தயாரிக்கும். இந்த அமினோ அமில மாலை சரியாகச் சுருண்டு வடிவம் பெறும்போது அது NPS1 என்ற நாவல் கொரோனா வைரஸ் புரதமாக ஆகும். இந்த NPS1 புரதம் குள்ள நரி புரதம். வைரஸ்களை இனம் கண்டு அழிக்க நமது செல்களில் இருக்கும் காவல் புரதங்களின் கண்களில் மண்ணைத் தூவி செயலிழக்கச் செய்துவிடும் திறன் கொண்டது NPS1 புரதம். எனவே தான் நாவல் கொரோனா வைரஸ் நமது உடலில் புகுந்துவிட்டால் வகைதொகை இல்லாமல் கோரத்தாண்டவம் ஆட முடிகிறது.

இதேபோல இன்று நாவல் கொரோனா வைரஸின் மொத்த ஜினோம் வரிசை தொடரையும் படித்து அது இருபத்து ஒன்பது வகையான புரதங்களைத் தயார் செய்கிறது எனக் கண்டுபிடித்து விட்டோம். ஜினோம் குறியத்தை வரிசை செய்து படித்து ஆராய்ச்சி செய்வதுதான் ஜினோமிக்ஸ். எளிதில் கொரோனா நோய்த் தொற்றை இனம் காணும் சோதனை கிட், தடுப்பூசி, புதிய வேற்றுவங்களை இனம் காண்பதுபோன்ற பல்வேறு வகைகளில் ஜினோம் ஆய்வு நமக்கு உதவியுள்ளது.

5
சொல்லும் பொருளும்

கீழே உள்ள, மேலே உள்ள உயிரிமொழியில் எழுதப்பட்ட *1,431* எழுத்துக்கள் தலையைச் சுற்றுகிறது அல்லவா? நமது செல்களில் உள்ள ரைபோசொம் எனும் செல்லுருப்புக்கள் உயிரின் மொழியைப் படிக்கும் வல்லமை படைத்தவை. நமக்குத் தலையும் காலும் புரியாத இந்த வரிசையை, ரைபோசோம்களால் எளிதில் வாசிக்க முடியும்.

ஒவ்வொரு மொழியிலும் எழுத்து → வார்த்தை என்ற வரிசையில் அடுத்த கட்டம் வாக்கியம். சரியான வரிசையில் தேர்வான வார்த்தைகளை அடுக்கினால் வாக்கியம் ஆவதுபோல ஜினோம் வாக்கியம்தான் ஜீன் அல்லது மரபணு. உயிரி மொழியில் எழுதப்பட்டுள்ள மரபணு குறிப்பிட்ட புரதத்தைத் தயார் செய்யும்

```
ORIGIN
        1 agccctccag gacaggctgc atcagaagag gccatcaagc aggtctgttc caagggcctt
       61 tgcgtcaggt gggctcagga ttccagggtg gctggacccc aggccccagc tctgcagcag
      121 ggaggacgtg gctgggctcg tgaagcatgt gggggtgagc ccaggggccc caaggcaggg
      181 cacctggcct tcagcctgcc tcagccctgc ctgtctccca gatcactgtc cttctgccat
      241 ggccctgtgg atgcgcctcc tgcccctgct ggcgctgctg gccctctggg gacctgaccc
      301 agccgcagcc tttgtgaacc aacacctgtg cggctcacac ctggtggaag ctctctacct
      361 agtgtgcggg gaacgaggct tcttctacac acccaagacc cgccgggagg cagaggacct
      421 gcagggtgag ccaactgccc attgctgccc ctggccgccc ccagccaccc cctgctcctg
      481 gcgctcccac ccagcatggg cagaaggggg caggaggctg ccacccagca gggggtcagg
      541 tgcacttttt taaaaagaag ttctcttggt cacgtcctaa aagtgaccag ctccctgtgg
      601 cccagtcaga atctcagcct gaggacggtg ttggcttcgg cagccccgag atacatcaga
      661 gggtgggcac gctcctccct ccactcgccc ctcaaacaaa tgccccgcag cccatttctc
      721 caccctcatt tgatgaccgc agattcaagt gttttgttaa gtaaagtcct gggtgacctg
      781 gggtcacagg gtgccccacg ctgcctgcct ctgggcgaac accccatcac gcccggagga
      841 gggcgtggct gcctgcctga gtgggccaga cccctgtcgc caggcctcac ggcagctcca
      901 tagtcaggag atggggaaga tgctggggac aggccctggg gagaagtact gggatcacct
      961 gttcaggctc ccactgtgac gctgccccgg ggcgggggaa ggaggtggga catgtgggcg
     1021 ttggggcctg taggtccaca cccagtgtgg gtgaccctcc ctctaacctg ggtccagccc
     1081 ggctggagat gggtgggagt gcgacctagg gctggcgggc aggcgggcac tgtgtctccc
     1141 tgactgtgtc ctcctgtgtc cctctgcctc gccgctgttc cggaacctgc tctgcgcggc
     1201 acgtcctggc agtggggcag gtggagctgg gcgggggccc tggtgcaggc agcctgcagc
     1261 ccttggccct ggagggggtcc ctgcagaagc gtggcattgt ggaacaatgc tgtaccagca
     1321 tctgctccct ctaccagctg gagaactact gcaactagac gcagcccgca ggcagcccca
     1381 cacccgccgc ctcctgcacc gagagagatg gaataaagcc cttgaaccag c
```

ப்ரிப்ரோஇன்சுலின் மரபணுவின் ஜினோம் வரிசை

குறியம் கோடான் ஆகும். அதாவது மரபணுவை (அந்த மரபணு தயாரிக்கும் புரதத்தை) உயிரிப் புத்தகத்தின் வாக்கியம் எனக்கொள்ளலாம். மேலே உள்ள 1,431 எழுத்துக்கள் மனித ப்ரிப்ரோஇன்சுலின் மூலக்கூறை உருவாக்கும் ஜீன் - மரபணு வரிசை. இந்த மூலக்கூறுதான் வேதிவினை அடைந்து இன்சுலின் புரதமாக மாறும்.

எல்லா உயிரிகளும் அதன் உயிர் இயக்கத்தில் புரதத்தை உற்பத்தி செய்கின்றன. கிராம் நெகடிவ் பாக்டீரியா என்றால் அதன் செல் சுவருக்காக லிப்போபாலிசாக்கரைடு என்ற பொருளை உருவாக்க வேண்டும். மனிதக் கணையம் என்றால் அங்கே உள்ள செல்கள் இன்சுலின் எனும் புரதத்தைச் சுரக்க வேண்டும். கத்திரிச் செடி என்றால் தன்னைத் தாக்க வரும் பூச்சிகளை விரட்ட ஸ்டிராய்டல் கிளைக்கோ ஆல்கலாய்டுகள் எனும் நச்சு புரதத்தைத் தயாரிக்க வேண்டும்.

ஜீனோம் மொழியில் *AUGC* என்கிற நான்கு நியூக்ளியோடைடுகள் எழுத்து. மும்மை ஜீனோம் எழுத்துக்கள் (*triplet*) அமினோ அமிலங்களுக்கான குறி. பல்வேறு நிறப் பூக்களைச் சேர்த்துக் கட்டி கதம்ப மாலை தயாரிப்பதுபோல குறிப்பிட்ட புரத்துக்குத் தேவையான அமினோ அமிலங்களை வரிசை வரிசையாகத் தயார்

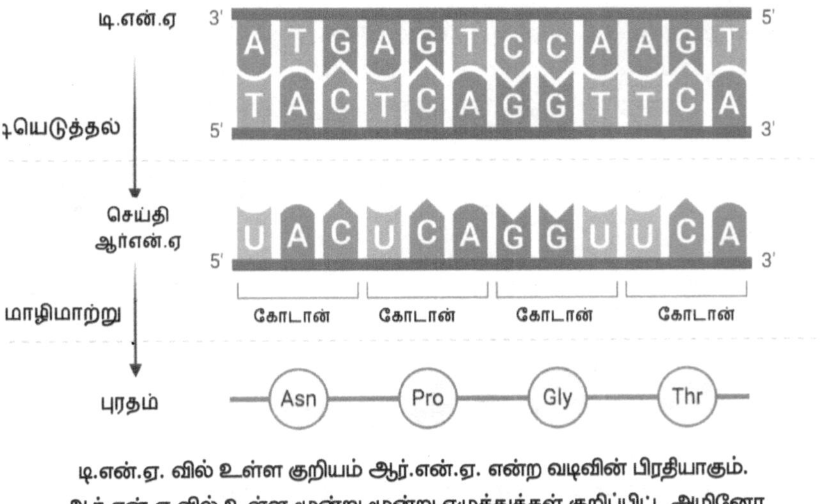

டி.என்.ஏ. வில் உள்ள குறியம் ஆர்.என்.ஏ. என்ற வடிவின் பிரதியாகும். ஆர்.என்.ஏ.வில் உள்ள மூன்று மூன்று எழுத்துக்கள் குறிப்பிட்ட அமினோ அமிலத்தைக் குறிக்கும். அமினோ அமில மாலைதான் புரதம்.

செய்தால் அந்த அமினோ அமில மாலை உருவாகும். அந்த மாலையைச் சரியானபடி மடித்து பொதிந்து வைத்தால் குறிப்பிட்ட புரதமாக ஆகிவிடும். சுருங்கக் கூறினால் டி.என்.ஏ. தொடரில் *AUGC* எந்தெந்த வரிசைகளில் அமைந்துள்ளதோ அதற்க்கு ஏற்ப அமினோ அமிலங்கள் வரிசை அமையும். அமினோ அமில வரிசைக்கு ஏற்பப் புரதம் அமையும். குறிப்பிட்ட புரதத்தை ஏற்படுத்தும் ஜினோம் வரிசை தான் ஜீன் எனும் மரபணு.

சுருக்கமாகக் கூறினால் அமினோ அமிலச் சங்கிலி=புரதம். பல நிறப் பூக்களை அடுத்தடுத்து தொடரில் தொடுத்து நேர்த்தியான பலவகை பூமாலைகள் உருவாக்குவதுபோல இருபத்து இரண்டு அமினோ அமிலங்களை வெவ்வேறு தொடர்களில் கூட்டித் தொடுத்தால் பல்வேறு புரதங்கள் உருவாகும்.

நாவல் கொரோனா வைரஸ் வெறும் இருபத்தொன்பது தனித்தனி புரதங்களைத் தயார் செய்கிறது. ஆனால் மனித உடல் *80,000* முதல் பல லட்சம் வகை புரதங்களைத் தயார் செய்கிறது என்கிறார்கள்.

சம்பங்கி மாலை, ஏலக்காய் மாலை, சந்தன மாலை, நந்தியா பூ மாலை, கார்நேஷன் மாலை, ஜெர்பெரா மாலையெனப் பற்பல மாலைகளை சில பூக்களை மாற்றி மாற்றி பூக்கட்டி தயாரிப்பது போல இருபத்து இரண்டு அமினோ அமிலங்களைப் பல்வேறு வரிசையில் பல நீளத்துக்கு கோர்த்து தயாரித்தால் உருவாவதுதான் பல்வேறு புரதங்கள். ஷேக்ஸ்பியர் நாவலிலிருந்து பள்ளி ஆங்கிலப் பாட புத்தகம்வரை வெறும் இருபத்து ஆறு ஆங்கில எழுத்துக்களை வரிசை செய்து எழுதுவதுபோல வகைவகையாக இருபத்து

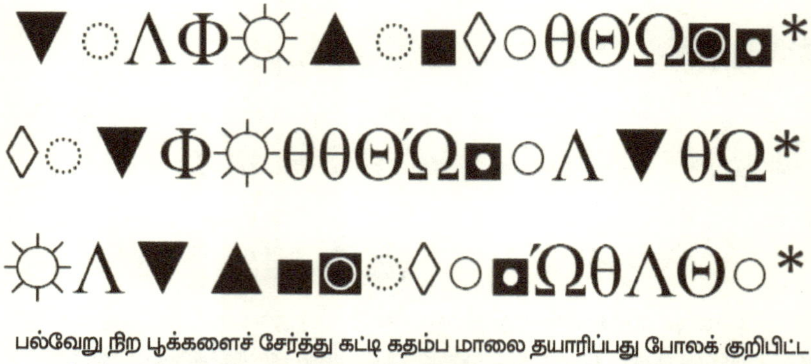

பல்வேறு நிற பூக்களைச் சேர்த்து கட்டி கதம்ப மாலை தயாரிப்பது போலக் குறிபிட்ட புரத்துக்கு தேவையான அமினோ அமிலங்களை வரிசை வரிசையாகத் தயார் செய்தால் அந்த அமினோ அமில மாலை உருவாகும்.

இரண்டு அமினோ அமில வரிசைகள் செய்து லட்சம் லட்சம் புரதங்களைத் தயார் செய்ய முடியும்.

மேலே உள்ள மனித இன்சுலின் ஜீன் 110 வகை வகை அமினோ அமிலங்களைச் சேர்த்து தொடுத்து ப்ரிப்ரோஇன்சுலின் மூலக்கூறை உருவாக்கும் (110 அமினோ அமிலங்களை உருவாக்க வெறும் 330 எழுத்துக்கள்தானே தேவை, ஏன் இந்த மரபணுவில் 1,431 எழுத்துக்கள் உள்ளன என்ற கேள்வி எழலாம்; இந்தப் புதிர் குறித்து இந்த நூலின் வேறு பகுதியில் காணலாம்).

புரதம் எனும் கதம்ப மாலையில் அடுத்தடுத்து உள்ள அமினோ அமிலங்கள் ரயில் பெட்டி ஒன்றுடன் ஒன்று இணைவதுபோல பிணைந்திருக்கின்றன. சகப் பிணைப்பு அல்லது பங்கீட்டு வலுப்பிணைப்பு (Covalent Bond) எனும் பெப்ட்டைடு வேதிப்பிணைப்பு வழியே அமினோ அமில மாலை உருவாகும். 'பாலி' என்றால் பற்பல என்று பொருள். பற்பல பெப்ட்டைடு வேதிப்பிணைப்பு வழியே அமினோ அமில மாலை அமைவதால் இதனை பாலிபெப்டைட் அல்லது பல்பெப்ரைட்டு என்றும் கூறுவார்கள்.

இரு அணுக்கள் எலெக்ட்ரான்களை சமமாக வழங்கி சமமாகப் பகிர்ந்துகொள்வதால் உருவாகும் பிணைப்பு சகப் பிணைப்பு அல்லது பங்கீட்டு வலுப்பிணைப்பு (Covalent Bond) ஆகும். இரண்டு ஹைட்ரஜன் இடையேயும், நீர் மூலக்கூறில் ஹைட்ரஜன்

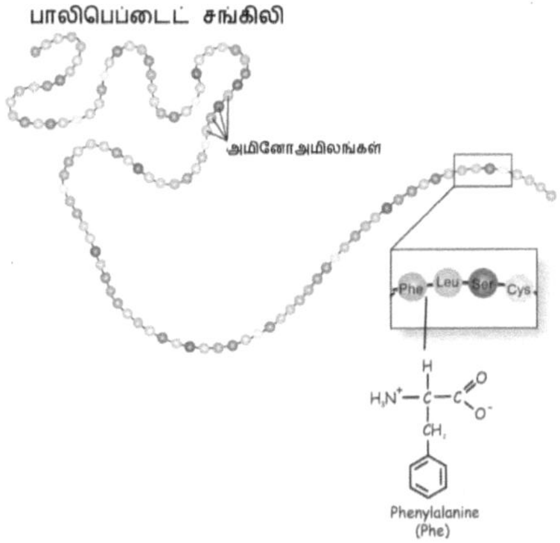

அமினோ அமிலங்கள் ரயில் பெட்டி ஒன்றுடன் ஒன்று இணைந்து பாலிபெப்டைட் சங்கிலி உருவாகும்.

மற்றும் ஆக்ஸிஜன் இடையேயும் உருவாவது பங்கீட்டு வலுப்பிணைப்பு.

ஜினோம் மொழி வார்த்தையில் எப்போதும் மூன்று எழுத்துக்கள் தாம், என்றாலும் ஜினோம் வாக்கியம் எனும் மரபணு/ ஜீனில் (அதிலிருந்து உருவாகும் புரதத்தில்) பல்வேறு அளவுகளில் வார்த்தைகள் இருக்கலாம்.

வெறும் பத்தே பத்து அமினோ அமிலங்களின் மாலை கொண்ட சிக்னோலின் (Chignolin) என்ற புரதம் முதல் 585 அமினோ அமிலங்களைக்கொண்ட அல்புமின் புரதம்வரை பல்வேறு நீளங்களில் புரத மாலை அமைய முடியும்.

சிக்னோலின் புரத வரிசை *Gly-Tyr-Asp-Pro-Glu-Thr-Gly-Thr-Trp-Gly* ஆகும். அதாவது இதில் மொத்தம் பத்து அமினோ அமிலங்கள் உள்ளன. எனவே ஒவ்வொரு அமினோ அமிலத்துக்கும் மூன்று நியூக்ளியோடைடு எழுத்துக்கள் வீதம் மொத்தம் முப்பது எழுத்துக்கள் அதன் மரபணுவில் உள்ளது; பத்து வார்த்தைகள் கொண்ட வாக்கியம்தான் சிக்னோலின் மரபணு (புரதம்).

ப்ரிப்ரோஇன்சுலின் மூலக்கூறு வேதிவினையால் இன்சுலின் புரதமாக மாறும். இரண்டு வால் போன்ற அமைப்பு கொண்டது இன்சுலின் புரதம். இதில் A சங்கிலி எனும் மாலையில் 21 அமினோ அமிலங்களும் B சங்கிலியில் 30 அமினோ அமிலங்களும் உள்ளன. அரிசியை களைந்து நீரைக் கொட்டிவிட்டுச் சாதம் சமைப்பது

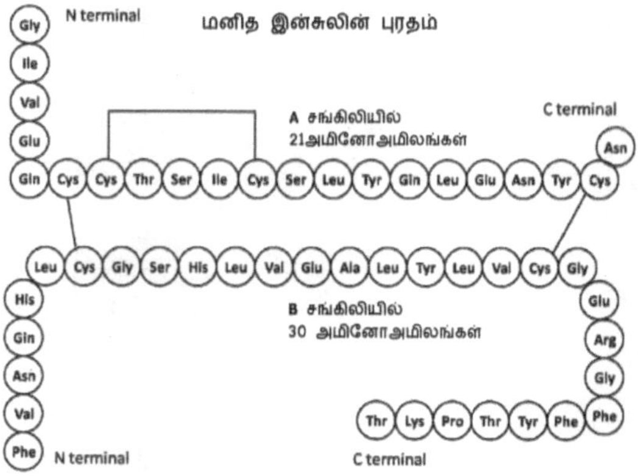

இறுதியில் உருவாகும் இன்சுலின் புரதத்தில் A சங்கிலி எனும் மாலையில் 21 அமினோ அமிலங்களும் B சங்கிலியில் 30 அமினோ அமிலங்களும் இருக்கும். இந்த இரண்டு சங்கிலிகளும் பிணைந்து இருக்கும்.

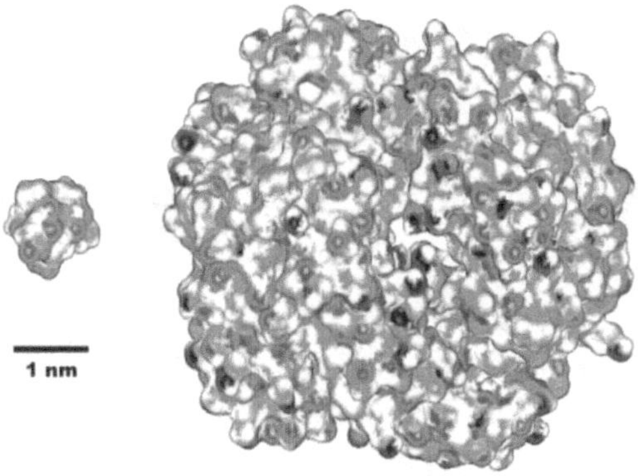

சிக்னோலின் (Chignolin) மற்றும் ஹீமோகிளோபின் புரதங்களின் முப்பரிமாண (3D) ஒப்பீடு

போல ப்ரிப்ரோஇன்சுலின் உள்ள 110 அமினோ அமில மாலையில் வெறும் 51 மட்டும்தான் இறுதியில் இன்சுலின் புரதத்தில் இருக்கும். மீதம் உள்ளவை வெட்டிக் களையப்படும் (இது குறித்து பின்னர் காண்போம்).

ஹிமோகிளோபின் என்ற புரதத்தில் நான்கு சங்கிலிகள் உள்ளன. இரண்டில் 141 அமினோ அமிலங்களும் மற்ற இரண்டில் 146 அமினோ அமிலங்களும் இருக்கும். உலகை ஆட்டிப்படைக்கும் நாவல் கொரோனா வைரஸில் நான்கு புரதங்கள் உள்ளன. அவற்றில் S கிளைக்கோ புரோட்டின் எனப்படும் ஸ்பைக் புரதத்தில் 1,255 அமினோ அமிலங்கள் உள்ளன. அதாவது அந்த வாக்கியத்தில் மொத்தம் 3,765 (1255x3) நியூக்ளியோடைடு எழுத்துக்கள் இருக்கும் என்று பொருள்.

டைட்டின் (Titin) எனும் புரதம்தாம் மனித உடலில் இதுவரை இனம் காணப்பட்டுள்ள ஆகப் பெரிய புரதம் ஆகும். இதில் சுமார் 34,350 அமினோ அமிலங்கள் உள்ளன. TTN எனும் ஜீன் மரபணு இப்புரதத்தை உருவாக்குகிறது. டைட்டின் மூலக்கூறு திருகு சுருள் வில் (molecular spring) போல செயல்பட்டு தசைகள் விரிந்து சுருங்கும் நெகிழ்ச்சி விசையை ஏற்படுத்துகிறது. இந்தப் புத்தகத்தை உங்கள் விரல் கொண்டு பக்கம் திருப்பும்போது இதே டைட்டின் புரதம் ஸ்ப்ரிங்போல் செயல்பட்டு கைகளில் உள்ள தசைகளை இயக்குகிறது. மயோசின் மற்றும் ஆக்டினுக்குப் பிறகு தசைகளில் ஆகக்கூடுதலாக உள்ள புரதம் டைட்டின் ஆகும். வளர்ந்த மனிதர்களில் சுமார் அரைகிலோ எடை அளவு டைட்டின் உள்ளது.

6

உயிரி மொழியின் இலக்கணம்

கிழே உள்ளதை படிக்க முயற்சி செய்யுங்கள்.

இதைபடிப்பதுஏன்எளிதாகஇல்லைவார்த்தைக்குவார்த்தைஇடைவெளிவாக்கியத்தின்முடிவில்நிறுத்துப்புள்ளிஎதுவும்இல்லாமல்எங்கேதுவங்குகிறதுஎங்கேமுடிகிறதுஎனஅறியாமல்படிப்பதுஎளிதல்ல.

கடினமாக உள்ளது. அல்லவா? ஏன்?

இப்போது படியுங்கள்...

இதைப் படிப்பது ஏன் எளிதாக இல்லை? வார்த்தைக்கு வார்த்தை இடைவெளி; வாக்கியத்தின் முடிவில் நிறுத்துப்புள்ளி, எதுவும் இல்லாமல் எங்கே துவங்குகிறது, எங்கே முடிகிறது என அறியாமல் படிப்பது எளிதல்ல.

இப்போது எளிதாகப் படிக்க முடிகிறது அல்லவா? மொழி என்றால் எழுத்து, வார்த்தை, வாக்கியம் முதலியவற்றோடு வார்த்தைக்கு வார்த்தை இடைவெளி; வாக்கியத்துக்குப் பின்னர் நிறுத்துப்புள்ளி என வேறு சில குறிகளும் தேவை.

ஜினோம் வரிசையில் நியூக்ளியோடைடு எழுத்துக்கள் ஒன்றன் பின் ஒன்றாக இடைவெளி இல்லாமல் வரிசை வரிசையாக இருக்கும்.

UCAUGAUCUCGUAAGA என்கிற ஜினோம் வரிசையை எடுத்துக்கொள்வோம். முதல் எழுத்துதான் துவக்கம் எனக்கொண்டால் என்ற அமினோ அமில வரிசை கிடைக்கும்.

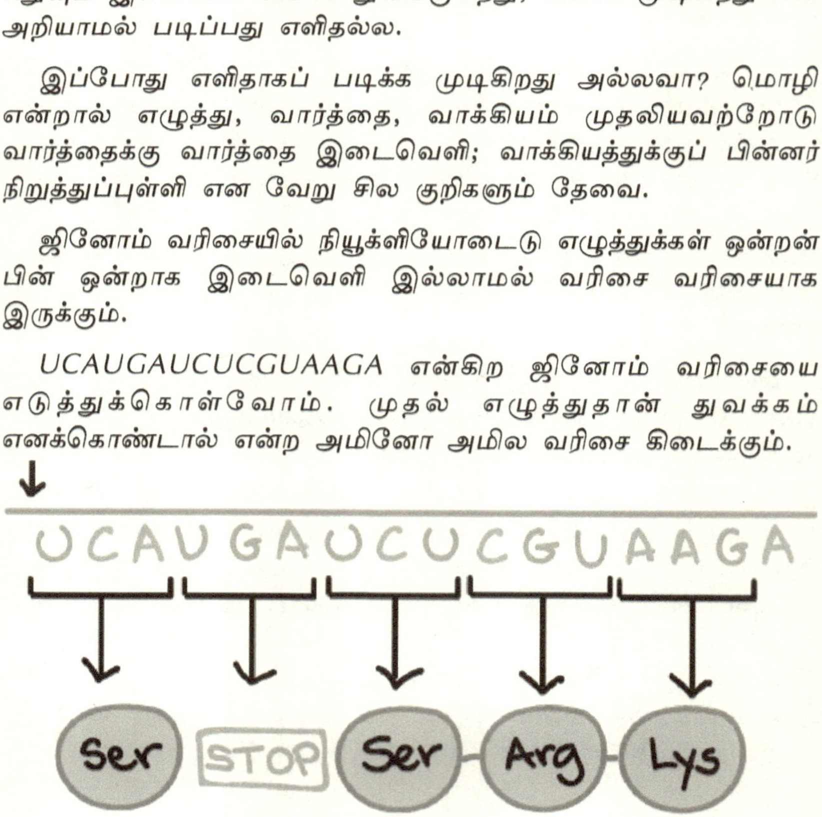

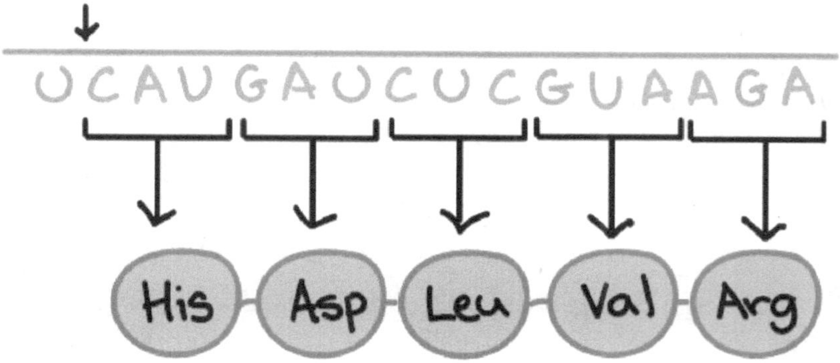

இரண்டாம் எழுத்துதான் துவக்கம் எனக்கொண்டால் முற்றிலும் வேறுபட்ட அமினோ அமில வரிசை கிடைக்கும். மூன்றாம் இடத்தில் துவங்கிப் படித்தால் வேறு அமினோ அமில மாலை.

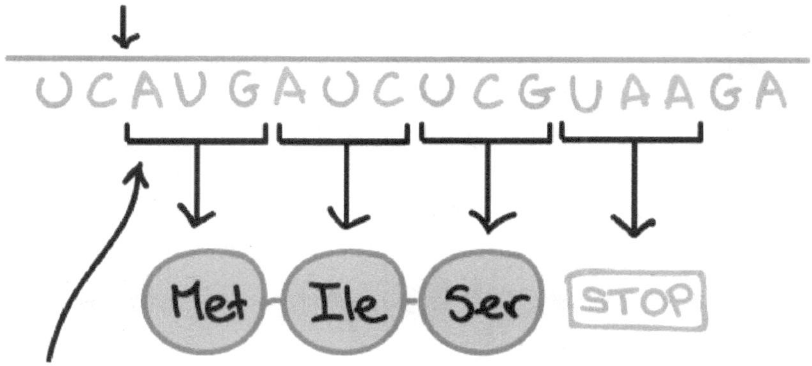

இதுபோல பல இடங்களில் துவங்கி மும்மை எழுத்துக்களைப் படித்தால் வெவ்வேறு அமினோ அமில மாலை உருவாகும். இறுதியில் உருவாகும் புரதம் முற்றிலும் வேறுபட்ட புரதமாக மாறிவிடும்.

அதேபோல நிறுத்தாமல் இறுதிவரை படித்துக்கொண்டே போனால் மொத்த ஜினோம் வரிசையும் ஒரே ஒரு நீண்ட பாலிபெப்டைட் சங்கிலியாக மாறிவிடும். அந்தச் செல் தனக்கு வேண்டிய வெவ்வேறு புரதங்களைத் தயார் செய்ய முடியாமல் போய்விடும்.

பூமாலை கட்டும்போது கிலோமீட்டர் தொலைவுக்கு நீளமாகத் தொடுப்பது இல்லை. ஆளுயர மாலை என்றால் குறிப்பிட்ட நீளம்

வரைதான் தயார் செய்வோம். பொதுவாக மணமகள் உயரம் குறைவாகவும், மணமகன் உயரம் அதிகமாகவும் இருப்பார்கள் என்பதால், அதற்கேற்ப இருவரின் மாலைகளும் வேறு வேறு அளவுகளில் தயாரிக்கப்படுகின்றன. தலையில் சூடுவதற்கு என்றால் குறைவான நீளம் மட்டுமே பூதொடுப்பதுபோல குறிப்பிட்ட புரதத்தில் இருக்கவேண்டிய அளவு அமினோ அமிலங்களை கோர்க்கப்பட்ட பின்னர் நிறுத்திவிடவேண்டும்.

எந்த ஒரு மொழியில் நாம் எழுதினாலும் பத்திக்குப் பத்தி இடைவெளி விடுகிறோம். வார்த்தைக்கு இடையே இடைவெளி. வாக்கியம் முற்றுப்பெற்றதும் நிறுத்துப்புள்ளி வைக்கிறோம். அதுபோல உள்ளபடியே ஜினோம் மொழியில் துவங்கு - நிறுத்து என்பதுபோன்ற குறிகள் உள்ளன.

உயிரின் மொழியிலும் இதேபோன்ற துவக்க நிறுத்தக் குறிகள் உள்ளன.

பொதுவே மெத்தியோனின் எனும் அமினோ அமிலம் தயாரிக்க குறியாக உள்ள மும்மை குறிமுறையனாகிய '*AUG*' தான் மரபணு ஜீனின் துவக்கப் புள்ளி. அதேபோல *UAA*, *UAG* மற்றும் *UGA* ஆகியவை மரபணுவின் இறுதியில் அமைந்து நிறுத்துப்புள்ளிகள் போல செயல்படும். இந்த நிறுத்து மும்மை குறிமுறையன் வரும் இடத்தில் அமினோ அமிலத் தொடுப்பு நின்றுவிடும்.

எடுத்துக்காட்டாக *ORF10* எனும் நாவல் கொரோனா வைரஸின் புரதத்தின் ஜினோம் வரிசை:

augggcuauauaaacguuuucgcuuuuccguuuacgauauauagucuacucuu-gugcagaaugaauucucguaacuacauagcacaaguagauguaguuaacuuuaau-cucacauag

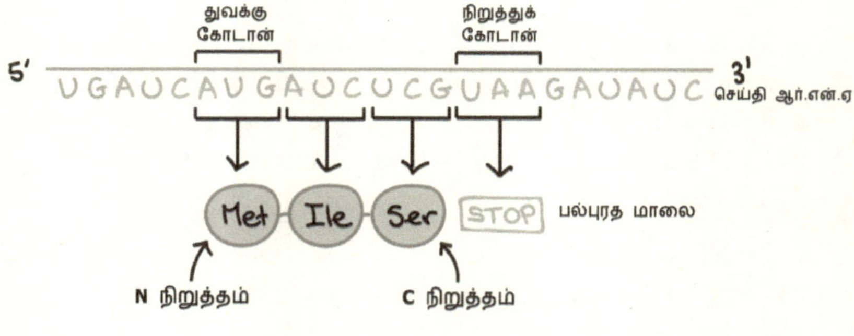

இந்த மரபணு வரிசையில் 117 எழுத்துக்கள் உள்ளன. இதில் முதல் மூன்று எழுத்து *aug*; இது புரத மாலையைக் கட்ட துவங்கு எனச் சுட்டும் துவக்கப் புள்ளி. இந்த முக்குரியத்துக்கு உரிய மெத்தியோனின் எனும் அமினோ அமிலம் முதல் பூவாக மாலையில் கோர்க்கப்படும்.

இறுதியில் உள்ள மூன்றை கவனம் செய்யவும். அது *uag*. இந்தக் கோடான் வாக்கியத்தின் இறுதியில் உள்ள முற்றுப்புள்ளிபோல. புரத மாலையைக் கட்டுவதை நிறுத்து என ஆணை செய்யும் தொடர். இந்தப் புள்ளியை அடைந்ததும் புரத மாலை கட்டுவது நின்றுவிடும். இந்த மூன்று எழுத்தை எடுத்துவிட்டால் இந்த ஜினோம் வரிசையில் மொத்தம் 114 எழுத்துக்கள். அதை மூன்றால் வகுத்தால் வருவது 38. எனவே முப்பத்து எட்டு அமினோ அமிலங்களைக் கொண்டு உருவாகும்.

Met-Gly-Tyr-Ile-Asn-Val-Phe-Ala-Phe-Pro-Phe-Thr-Ile-Tyr-Ser-Leu-Leu-Leu-Cys-Arg-Met-Asn-Ser-Arg-Asn-Tyr-Ile-Ala-Gln-Val-Asp-Val-Val-Asn-Phe-Asn-Leu-Thr எனும் அமினோ அமில மாலை தான் *ORF10* எனும் நாவல் கொரோனா வைரஸின் இந்தப் புரதம்.

சேர்த்து அவித்தாலும் தனித்தனியாக இட்லி இருக்கும். அதுபோலச் சில புரதங்கள் இட்லிபோல தனித்தனியே உருவாகும். அவ்வாறு அமையும்போது அதன் ஜினோம் வரிசை ஆரம்பத்தில் ''*AUG*'' என்ற தொகுதி தென்படும். அதன் இறுதியில் ஜினோம் நிறுத்துப் புள்ளிகளான *UAA*, *UAG* அல்லது *UGA* ஆகியவற்றில் எதாவது ஒன்றில் முடியும்.

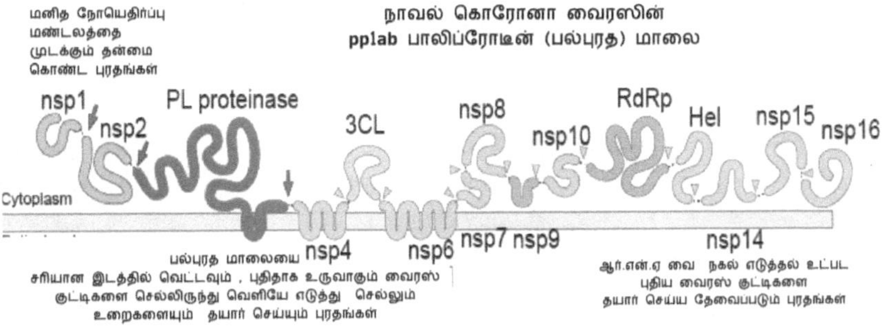

நாவல் கொரோன வைரசின் pp1ab பாலிப்ரோடீன் (பல்புரத) மாலை

ஆனால் சில சமயம் பல புரதங்கள் ஒன்றோடு ஒன்று பிணைந்து பாலிப்ரோடீன் (பல்புரதமாக) உருவாகும். மல்லியைக் கோர்த்து மாலை செய்யும்போது நீளமாகத்தான் செய்வார்கள், பின்னர் முழம் அளவு வெட்டி வெட்டி விற்பனை செய்வார்கள் அதுபோலப் பாலிபுரதத்தை சரியான இடங்களில் வெட்டினால் பல்வேறு புரதங்கள் கிடைக்கும்.

எடுத்துக்காட்டாக நாவல் கொரோனா வைரஸின் ஜினோமில் உள்ள முதல் ஜீன் ORF 1ab என்றழைக்கப்படுகிறது. இந்த ஜீனில் 21,288 எழுத்துக்கள். அமினோ அமிலங்களைக் குறிக்கும் குறியன்கள். இந்த ஜீன் pp1ab எனும் மொத்தம் பதினாறு புரதங்களை ஒருங்கே கொண்ட பாலிப்ரோடீன் (பல்புரத) மாலையை உருவாக்குகிறது. இந்தப் பல்புரதச் சங்கிலியில் மொத்தம் 7096 அமினோ அமிலங்கள் ஒன்றுடன் ஒன்று பிணைந்து இருக்கும். மல்லியை முழம் அளவு வெட்டி சிறு துண்டாக்குவதுபோல இந்தப் பல்புரத மாலையை சரியான இடங்களில் வெட்டும்போது NPS1 முதல் NPS16 வரையிலான பதினாறு நாவல் கொரோனா வைரஸ் புரதங்கள் தயாராகிவிடும்.

நாவல் கொரோனா வைரஸின் pp1ab பல்புரதத்தை உருவாக்கும் ORF 1ab ஜீனின் முதல் இருபத்தி ஏழு எழுத்துக்கள் - auggagag-ccuugucccugguuucaac NPS1 என்ற நாவல் கொரோனா வைரஸ் புரதத்தை உருவாக்க 540 நியூக்ளியோடைடு எழுத்துக்கள் கொண்ட ஜினோம் வரிசையின் பகுதி. இந்த அமினோ அமில மாலை சரியாகச் சுருண்டு வடிவம் பெறும்போது அது NPS1 என்ற நாவல் கொரோனா வைரஸ் புரதமாக ஆகும். கணினி சிமுலேஷன் கொண்டு இந்தப் புரதத்தின் வேதித்தன்மை, வடிவம் முதலியவற்றை நம்மால் யூகம் செய்ய இயலும். இதன் வழியே இந்தப் புரதத்தின் செயல் தன்மையைக் கணிக்க முடிந்துள்ளது. மேலும் உலகை ஆட்டிப்படைக்கும் இந்த நாவல் கொரோனா வைரஸின் S கிளைக்கோபுரோட்டின் எனப்படும் ஸ்பைக் புரதத்தில் 1,255 அமினோ அமிலங்கள் உள்ளன. அதாவது அந்த வாக்கியத்தில் மொத்தம் 3,765 (1,255X3) நியூக்ளியோடைடு எழுத்துக்கள் இருக்கும் என்று பொருள்.

இதேபோல இன்று அந்த வைரஸின் மொத்த ஜினோம் வரிசை தொடரையும் படித்து அது இருபத்து ஒன்பது வகையான புரதங்களைத் தயார் செய்கிறது எனக் கண்டுபிடித்துவிட்டோம்.

ஒரு காலத்தில் எகிப்திய ஹைரலாகிராபிக் எழுத்துக்களைப் படிக்க முடியாமல் திணறினார்கள். அதன் பின்னர் சம்போலியன் எனும் ஆய்வாளர் புதிரை விடுவித்தார். அதுபோல இன்று நாம் ஜினோம் மொழியைப் படிக்க கற்றுக்கொண்டு விட்டோம். வைரஸ் போன்ற உயிரிகளின் மரபணு வரிசையைப் படித்து அந்தக் குறிப்பிட்ட மரபணு உருவாக்கும் புரதம் எத்தகையதாக இருக்கும்? அதன் பண்பு என்ன என இன்று நம்மால் ஆராய்ச்சி செய்ய இயலும். ஜெனோம் குறியத்தை வரிசை செய்து படித்து ஆராய்ச்சி செய்வதுதான் ஜெனோமிக்ஸ். குறிப்பிட்ட உயிரி உருவாக்கும் புரதங்கள் என்னென்ன என அறியும்போது அந்தக் கிருமிக்கு எதிரான முறிவு மருந்து மற்றும் தடுப்பூசிகளை தயார் செய்ய முடிகிறது.

வைரஸால் ஏற்படும் போலியோ நோய்க்குத் தடுப்பூசி கண்டுபிடிக்க முப்பது ஆண்டுகள் ஆனது. இன்று ஜெனோமிக்ஸ் வளர்ந்த நிலையில் நாவல் கொரோனா வைரஸுக்கு எதிராக உலகம் முழுவதும் வகைவகையான நூறு தடுப்பூசிகள் தயாரிப்பில் உள்ளன. ஜெனோமிக்ஸ் உதவியினால் வெறும் பதினெட்டு மாதங்களில் தடுப்பூசி தயார் செய்துவிட்டார்கள். மேலும் ஜெனோமிக்ஸ் கொண்டு கொரோனா வைரஸின் மரபணு வரிசையில் ஏற்படும் மாற்றங்களை இனம் கண்டு ஆல்பா பீட்டா போன்ற வேற்றுருவங்களை இனம் காண முடிந்துள்ளது. இவற்றின் மரபணு மாற்றத்தின் தொடர்ச்சியாக எந்த அமினோ அமிலம் மாறுகிறது; அதன் விளைவாக அந்தப் புதிய வேற்றுருவத்துக்கு என்னென்ன புதிய குணங்கள் இருக்கும் என்பதைகூடக் கணிக்க முடிந்துள்ளது.

7

உயிரிகளின் பொது மொழி

எல்லா உயிரிகளின் ஜினோம் வரிசையும் ATGC (AUGC) என்ற எழுத்துக்களால்தான் எழுதப்பட்டுள்ளது என நாம் முன்பே கண்டோம். ஹிந்தி நேப்பாளி, ஹரியான்வி சத்தீஸ்கரி போன்ற பல்வேறு மொழிகளுக்குத் தேவநாகரி எழுத்து வரிவடிவம்தான். ஆனால் சிவப்பு என்பதை ஹிந்தியில் லால் என்றும், நேப்பாளி மொழியில் ரத்தோ என்றும், தலை என்பதை ஹிந்தில் சிர் என்றும் நேப்பாளியில் தவுக்கோ எனவும் அமைகிறது. எனவேதான் எழுத்து வடிவம் ஒன்றாக இருந்தாலும், பல்வேறு வார்த்தைகளை இரண்டு மொழிகளிலும் பயன்படுத்துவதால் இந்த இரண்டையும் வெவ்வேறு மொழிகள் என்கிறார்கள்.

புலியாக இருந்தாலும் பூனையாக இருந்தாலும் மரமாக இருந்தாலும் மனிதனாக இருந்தாலும் வைரஸாக இருந்தாலும் பாக்டீரியாவாக இருந்தாலும் எல்லா உயிரிகளின் உயிரிமொழி வரிவடிவம் ஒன்றுதான். எழுத்து வரிவடிவம் எல்லா உயிர்களுக்கும் ஒன்றாகத்தான் இருக்கிறது; ஆனால் எல்லா உயிரிகளின் உயிர்ப் புத்தகமான ஜினோம் ஒரே மொழியில் எழுதப்பட்டுள்ளதா அல்லது வெவ்வேறு மொழிகளைக் கொண்டுள்ளதா? ஒரே வரிவடிவம் கொண்டிருந்தாலும் ஹிந்தி, நேப்பாளி போன்ற மொழிகளில் சிவப்பு என்பதற்கு இரண்டு வெவ்வேறு வார்த்தைகள். எல்லா உயிரினங்களுக்கும் உயிரின் மொழி ஒரே வரிவடிவம்தான். ஆயினும் ஒவ்வொரு உயிரினமும் வெவ்வேறு மொழிகளை கொண்டுள்ளதா அல்லது எல்லா உயிரினங்களுக்கும் மொழி பொதுவா? இதுதான் புதிர்.

முதலாவதாக எழுத்துக்கள் அடங்கிய ஜினோம் வார்த்தை அதாவது கோடான் எல்லா உயிரிகளுக்கும் பொது. ஸ்கிசோசாக்கரோமைசஸ் பாம்பே (*Schizosaccharomyces pombe*) எனும் ஈஸ்ட் வகை ஒரு செல் உயிரியாக இருந்தாலும் மனிதனாக இருந்தாலும் ஜினோமின் நியூக்ளியோடைடு எழுத்து குறியன்கள் ஒன்றுதான். CGA என்றால் ஆர்ஜினின் Arg/R GCC என்றால் அலனைன் (Ala/A).

ஜினோமில் *ATGC (AUGC)* நியூக்ளியோடைடு எழுத்து மற்றும் நியூக்ளியோடைடு எழுத்து கோடான் சுட்டும் அமினோ அமிலம் இரண்டும் எல்லா உயிர்களுக்கும் பொது. அதாவது எல்லா உயிரிகளின் ஜினோம் மொழியில் வார்த்தைகள் பொது.

எழுத்து பொது; வார்த்தைகள் பொது ஆயினும், அமினோ அமில தொடர் வரிசை ஏற்படுத்தும் புரதங்களின் தாக்கம் பொதுவாக அமைந்தால் மட்டுமே எல்லா உயிர்களுக்கும் உயிரின் மொழி பொது எனக் கூற முடியும். இல்லை என்றால் நேப்பாளியும் ஹிந்தியும் ஒரே வரிவடிவ எழுத்துமுறையை கொண்டிருந்தாலும் இரண்டும் வெவ்வேறு மொழி என்பதுபோல யானையின் உயிரின் மொழியும் பூனையின் உயிரியின் மொழியும் வெவ்வேறாக அமைந்துவிடும்.

வெவ்வேறு இனங்களின் ஹீமோகுளோபின் மற்றும் மயோகுளோபின் அமினோ வரிசைகள் சற்றேறக்குறைய ஒரே வரிசை கொண்டுள்ளன. மேலும் இவை இரண்டின் முப்பரிணாம *3D* வடிவமும் ஒரே வடிவம்தான் என ஆய்வாளர்கள் இனம் கண்டனர். இதிலிருந்து பல்வேறு உயிரிகளின் புரதங்கள் ஓரளவு ஒரே மாதிரிதான் அமைகின்றன என விளங்கியது.

புரதங்களின் தாக்கம் ஒரே விதமாகத்தாம் அமைகிறது என நிறுவினார் மேக்சைம் நர்ஸ் *(Sir Paul Maxime Nurse)* எனும் விஞ்ஞானி. செல் பிரிதல் வழியே ஒரு செல் இரண்டு மகவு செல்களாக மாறும் என நாம் பள்ளியில் படித்து இருக்கிறோம் அல்லவா; அந்த நிகழ்வை மனிதர்கள் மற்றும் பாக்டீரியாவில் உற்று நோக்கி இந்த முடிவுக்கு எட்டினார் நர்ஸ்.

ஆண் விந்தும் பெண் முட்டையும் இணைந்து நம் கரு உருவானபோது நாம் வெறும் ஒரே ஒரு செல். ஆனால் குழந்தையாக வளர்ந்து பிறக்கும்போது சுமார் இரண்டு லட்சம் கோடி செல்கள் இருக்கும் என மதிப்பீடு செய்கிறார்கள். செல் பிரிதல் நிகழ்வு வழியே புதிய புதிய செல்கள் பிறந்து கரு வளர்ச்சி பெற்று குழந்தை பிறக்கிறது.

ஒரு செல் இரண்டாகப் பிளவு பட்டுப் புதிதாக இரண்டு செல்கள் பிறப்பதுதான் செல் பிளவு வளர்ச்சி. அமீபா, பாக்டீரியா போன்ற ஒரு செல் உயிரிகள் தங்களது அடுத்த தலைமுறையை உருவாக்குவது இப்படித் தான். மனிதன் விலங்குபோன்ற பல செல் உயிரினங்களில் உடல் வளர்ச்சி ஏற்படுவது செல் பிரிதல் வழியேதான்.

கருவுற்றதும் முதல் முழு செல் உருவாகும். அந்த ஒரே ஒரு செல் இரண்டாக மாறும். இரண்டு செல் நான்காக மாறும். நாலு எட்டு, எட்டு பதினாறு என வளர்ந்துகொண்டே செல்லும். கருவுற்ற ஒரு செல் இரண்டு லட்சம் கோடி செல்கள் கொண்ட குழந்தையாக வளர சுமார் எத்தனை முறை பிளவுபட வேண்டும்? வெறும் நாற்பத்தியொரு முறை மட்டுமே!

ஆம். ஒன்று- இரண்டு- நான்கு- எட்டு என வளரும் போக்கில் நாற்பத்து ஒன்றாவது படி இரண்டு லட்சம் கோடியை எட்டிவிடும்! இவ்வாறு செல் பிரிதல் வழி அடுத்த தலைமுறை மகவு செல்கள் உருவாவதை மைடோசிஸ் வகை செல் பிரிதல் என்பார்கள். ஆண் விந்து மற்றும் பெண் முட்டையை உருவாகும்படியான சிறப்புச் செல் பிரிதலை மியோசிஸ் வகை செல் பிரிதல் என்பார்கள்.

வளர்ந்த ஒரு நபரின் உடலில் ஒரு நாளைக்கு பத்தாயிரம் கோடி செல்கள் மடிகின்றன. நமது உடலின் எடைக்கு ஈடான அளவுச் செல்கள் ஒவ்வொரு ஆண்டும் சராசரியாக இறந்துவிடுகின்றன!

அதற்கு ஏற்றவகையில் புதிய செல்கள் பிறக்கின்றன. வளர்ச்சி நிலை என்றால் பிறக்கும் செல்கள் எண்ணிக்கை இறக்கும் செல்களின் எண்ணிக்கையைவிட கூடுதலாக இருக்கும். முதுமை

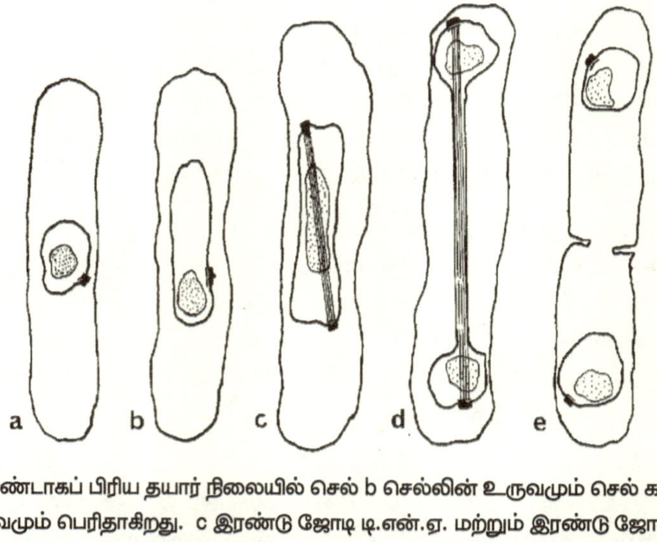

a இரண்டாகப் பிரிய தயார் நிலையில் செல் b செல்லின் உருவமும் செல் கருவின் உருவமும் பெரிதாகிறது. c இரண்டு ஜோடி டி.என்.ஏ. மற்றும் இரண்டு ஜோடி செல் உறுப்புக்கள் உருவாகின்றன d ஜோடி பொருள்கள் சம பகுதியாக இரண்டாகப் பிரிந்து எதிரும் புதிருமாக செல்லின் இரண்டு பக்கங்களில் குவிகின்றன. E இடையே புதிய செல் சுவர் உருவாக்கி இன்றடு செல்களாக உருவாகின்றன.

நிலை என்றால் இறக்கும் செல்கள் எண்ணிக்கை பிறக்கும் செல்களின் எண்ணிக்கையைவிட கூடுதலாக இருக்கும்.

புதிய செல் பிறப்பு வேண்டும்; அதே சமயம் கட்டுக்கடங்காத வகையில் செல் பிரிதல் ஏற்பட்டு பெருக்கினால் கேன்சர்- அது தான் புற்றுநோய்.

மைடோசிஸ் வகை செல் பிரிதலில் M, G1, S, G2 என நான்கு கட்டங்கள் உள்ளன. முதல் கட்ட G1 நிலையில் செல் வளர்ச்சி ஏற்பட்டு செல் உருவம் குறிப்பிட்ட அளவுக்குப் பெரிதாகும். இரண்டாம் கட்ட S நிலையில் டி.என்.ஏ. படியாக்கம் ஏற்படத் துவங்கும். மூன்றாம் கட்ட நிலையில் இரண்டு செல்களாக பிரியத் துவங்கும் கட்டம். ஜோடி செல் உறுப்புகள், ஜோடி டி.என்.ஏ. என இரண்டு செல்களுக்குத் தேவையான பொருள்கள் எல்லாம் தயாராகும். நான்காம் கட்டம் மைடோசிஸ் எனும் M நிலையில் சொத்தை பாகம் பிரிப்பது போல செல்லின் உள்ளே ஜோடிகள் தனித்தனியாக இரண்டு பக்கம் குவிந்து இடையில் செல் சுவர் உருவாக்கி இரண்டாக செல் பிளவு படும். புதிய இரண்டு செல்கள் உருவாகும்.

CDK எனும் சைடோகைனேஸின் புரதம் சைக்ளின் வகை புரதங்களுடன் வினை புரிவதன் வாயிலாகத்தான் G1, S, G2, M என்ற நான்கு கட்ட வளர்ச்சிப் போக்கு ஏற்படுகிறது. CDK புரதம் எப்போதும் இருக்கும். ஆனால் மனித செல்களில் உள்ள G1 சைக்ளின்; S சைக்ளின்; G2 சைக்ளின்; M சைக்ளின் என நான்கு சைக்ளின் வகைப் புரதங்கள் அந்தந்தக் கட்டத்தில்தான் சுரக்கும். CDK எனும் வேறு ஒரு புரதத்துடன் இணைந்து பல்வேறு செயல்களை சைக்ளின் தூண்டும்.

இயங்கிக்கொண்டே இருக்கும் கார் என்ஜினுடன் CDK புரதத்தை ஒப்புமை செய்யலாம். சைக்ளின் காரின் கியர். G1 சைக்ளின் எனும் முதல் கியர் விழுந்ததும் செல் வளர்ச்சியை CDK தூண்டும். இரண்டாவது கியர் S சைக்ளின் CDK புரதத்தோடு இணைந்தால் குரோமோசோம் இரட்டிப்பு துவங்கும். இவ்வாறு தான் செல் சுழற்சி ஏற்படுகிறது.

செல் பிரிதல் நிகழ்வு வழியேதான் ஒரு செல் பாக்டீரியா இரண்டு அடுத்த தலைமுறை மகவுச்செல்களை உருவாக்குகிறது. 1976இல் ஸ்கிசோசாக்கரோமைசஸ் பாம்பே எனும் ஈஸ்டு வகை ஒரு செல் உயிரியில் cdc2 என்ற மரபணுதான் செல் பிரிதல் நிகழ்வை கட்டுப்படுத்துகிறது என நர்ஸ் கண்டுபிடித்தார்.

மனித ஆண் விந்துவும் பெண் கருமுட்டையும் பிணைந்து கருவுரும்போது ஒரே ஒரு செல்தான், செல் பிரிதல்வழி உருவாகிப் பல்கிப்பெருகி பத்து மாதங்கள் கடந்து குழந்தை பிறக்கும்போது சுமார் இரண்டு லட்சம் செல்கள் இருக்கும். மனித செல்கள் பிரிதல் நிகழ்வின்போது அதனைக் கட்டுப்படுத்தும் Cdk1 எனும் மரபணுவை 1987இல் இனம் கண்டார் நர்ஸ்.

பாக்டீரியாவின் cdc2யின் மரபணு ஜினோம் வரிசையை மனித Cdk1யோடு ஒப்பிட்டுப் பார்த்த நர்ஸ் இரண்டும் ஒத்தமைப்புடையதாக உள்ளது எனக் கண்டுபிடித்தார்.

அடுத்த கட்ட ஆய்வில் ஈஸ்ட் பாக்டீரியாவில் cdc2 மரபணுவை நீக்கினர். அந்த பாக்டீரியாவில் செல் பிரிதல் நடைபெறவில்லை. ஆனால் இந்த பாக்டீரியாவில் மனித Cdk1 மரபணுவைப் பொருத்தி சோதனை செய்தபோது செல் பிரிதல் நடைபெற்றது. அதாவது இரண்டு உயிரின் மொழியிலும் எழுத்துருச் சொற்கள் மட்டுமல்ல, வாக்கியமும் சமம் எனக் கண்டுபிடித்தார் பால் நர்ஸ். இந்த ஆய்வுக்காக அவருக்கு நோபல் பரிசு அளிக்கப்பட்டது. எந்த உயிரியாக இருந்தாலும் சரி, உயிரின் மொழி ஒன்றுதான்!

பழைய பிரீமியர் பத்மினி காராக இருந்தாலும் புத்தம் புதிய ஹோண்டா சிட்டி காராக இருந்தாலும் எஞ்சின் கியர் அமைப்பு பொதுவானது. அதேபோல ஈஸ்ட் வகை ஒரு செல் உயிரி ஸ்கிசோசாக்கரோமைசஸ் பாம்பேவாக (Schizosaccharomyces pombe) இருந்தாலும் மனிதனாக இருந்தாலும் சற்றேறக்குறைய செல் பிரிதல் இயக்கம் CDK-சைக்ளின் வினை வழியேதான் ஏற்படுகிறது. பரிணாமத்தில் ஒரு செல் உயிரியான ஈஸ்ட் மற்றும் மனிதன் இரண்டு உயிரியும் இயங்கும் உயிரி வேதியல் பொறிமுறை ஒன்றுதான்.

சென்னையில் பேசுவது தமிழ், நெல்லையில் பேசுவதும் தமிழ் கோவையில் பேசுவதும் தமிழ்தான். ஏன், பல ஆண்டுகளாக பம்பாய் சென்று குடியேறி வாழும் பம்பாய் தமிழர்கள் பேசுவதும் தமிழ்தான்.

"எல! அவிங்க எங்கிட்டுப் போனாய்ங்க? எல! அவுக எங்க போனாக? மக்கா! அவாள் எங்கடே? ஏய்! அவனுவ எங்க போனானுவ?" எல்லாமே தமிழ்தான். ஒருவர் பேசுவது மற்றவருக்கு பொருளாகும். ஆனால் ஹிந்தியே தெரியாத ஒருவருக்கு 'ஒ கிதார் சல் கயா' என்றால் தலை சுற்றும். வட்டார வழக்குபோல சிறிதளவு வித்தியாசங்கள் இருந்தாலும் அனைத்து உயிரிகளின் மொழியும் ஒன்றுதான்.

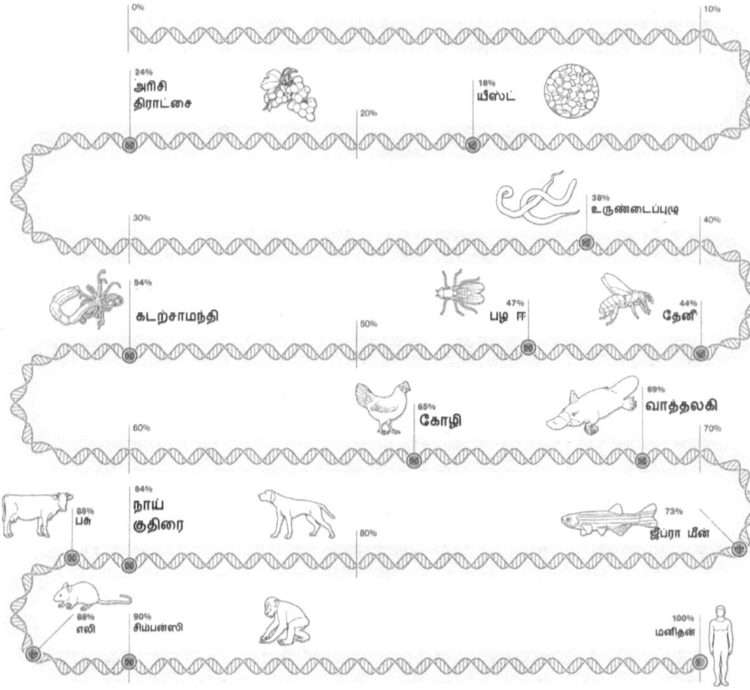

தமிழ், மலையாளம் முதலிய மொழிகள் திராவிட மொழிக் குடும்பத்தை சார்ந்தது; எனவே பல வார்த்தைகள் இரண்டுக்கும் பொதுவாக உள்ளன. அதேபோல ஒவ்வொரு உயிரியும் தனித்துவம் வாய்ந்தது என்றாலும், பரிணாம படிநிலை வளர்ச்சி பொது என்பதால், இவற்றுக்கிடையே பல மரபணுக்கள் பொதுவாக அமைந்துள்ளன (மனித ஜீன்களோடு பொதுவாக அமைந்துள்ள மரபணுக்களின் சதவிகிதம்).

ஆதி காலத்தில் உருவான ஒரு செல் உயிரி பரிணாமம் அடைந்து தான் பம்பாய் தமிழ், குமரித் தமிழ் சென்னைத் தமிழ்போல வழக்கு வித்தியாசம் மட்டுமே உயிரினங்களின் இடையே உயிரின் மொழியில் உள்ளது. ஏன் உயிரினங்கள் இடையே தமிழ், இந்தி போல தனித்துவமான மொழி இல்லை? ஏன் எனில் எல்லா உயிரினங்களும் அதற்கு முன்பு இருந்த வேறு ஒரு வகை உயிரினங்களிடமிருந்து பரிணாம படிநிலை வளர்ச்சியில் உருவானவை. எலி, புலி, மரம், செடி, புழு, வண்டு, மனிதன் முதலிய எல்லா உயிரிகளும் உருவாகியுள்ளன. எனவே எந்த இரண்டு உயிரிகளை எடுத்துக்கொண்டாலும் அவற்றுக்குள் பல ஜீனோம் ஒற்றுமைகள் கிடைக்கும்.

பொதுவே நாம் கருதுவதுபோல குரங்கிலிருந்து மனிதன் வரவில்லை. ஒரு காலத்தில், சுமார் 60 முதல் 80 லட்சம் ஆண்டுகள் முன்னால் வாழ்ந்த குரங்குபோன்ற சாயல் கொண்ட ஒரு உயிரியிலிருந்து பரிணாமம் அடைந்தவைதான் மனிதனும் குரங்கும். அந்த உயிரியை மனிதனுக்கும் குரங்குகளுக்கும் பொது மூதாதையர் என்பார்கள். அந்தக் காலத்தில் மனிதனும் இருக்கவில்லை, குரங்கும் இருக்கவில்லை. அந்தப் பொது மூதாதை உயிரிதான் பரிணாம படிநிலை வளர்ச்சியில் மனிதனாக ஒரு கிளையும் வேறொரு கிளை குரங்காகவும் பரிணாமம் அடைந்தன. எனவேதான் மனிதர்களுக்கும் குரங்குகளுக்கும் இடையே ஜினோம் ஒற்றுமை உள்ளது.

அதேபோலத்தான் மனித மற்றும் குரங்கின் பொது மூதாதையர் மற்றும் எலியின் மூதாதையருக்கும் பொதுவான பொது மூதாதையர் உண்டு. எலி மற்றும் மனிதக் கிளையின் பொது மூதாதைய பாலூட்டி விலங்கு சுமார் 800 லட்சம் வருடங்கள் முன்பு வாழ்ந்தது. இந்தப் பொது மூதாதைய பாலூட்டி விலங்கிலிருந்து ஒரு கிளை பரிணாமம் அடைந்து எலி மற்றும் சுண்டெலியாகக் காலப்போக்கில் உருவானது. எலி மற்றும் சுண்டெலிக்கு பொது மூதாதையர் சுமார் 120 முதல் 240 லட்சம் ஆண்டுகள் முன்னர் வாழ்ந்தது. மனிதன்,எலி மற்றும் சுண்டெலியின் கிரோமோசோம்களை ஒப்பிட்டுப் பார்த்ததில் சுமார் 280 விரிந்த இடங்களில் மரபணு வரிசை ஒற்றுமை தெரிந்தது. அதேபோல சாக்கரோமைசஸ் செரிவிசியா (Saccharomyces Cerevisiae) எனும் பாக்டீரியாவின் மரபணு மற்றும் மனித மரபணுவை ஒப்பிட்டால் சுமார் பத்து சதவிகிதம் ஒன்றுபோல உள்ளது.

புனிதம் என நாம் கருதும் பசுவின் மரபணுக்களுக்கும் மனித மரபணுக்களுக்கும் இடைய சுமார் 85% சதவிகித ஒற்றுமை உள்ளது. பொதுவே அசுத்தம் என நாம் ஒதுக்கும் பன்றிக்கும் நமக்கும் இடையே 98% சதவீதம் மரபணுக்கள் பொது. இதன் தொடர்ச்சியாகப் பன்றியின் சில உடல் உறுப்புக்களை மனிதர்களுக்குப் பொருத்தி உறுப்பு மாற்று சிகிச்சை தர முடிகிறது.

இன்று உள்ள உயிரிகள் அனைத்தும் ஆதிகாலத்தில் வாழ்ந்த ஒரு செல் உயிரி பரிணாமம் அடைந்து படிநிலை வளர்ச்சி பெற்று உருவானவை. எனவேதான் எந்த இரண்டு உயிரிகளை எடுத்துக்கொண்டாலும் இரண்டுக்கும் இடையே கணிசமான ஜினோம் ஒற்றுமை காணப்படும்.

பாக்டீரியாவின் குரோமோசோம் வட்ட வடிவில் இருக்கும். ஏனைய உயிரிகளில் நூல் இழைபோன்ற வடிவில் இருக்கும். சாதாரணமாக செல் தன் பணியில் ஈடுபட்டுக்கொண்டிருக்கும்போது நூல் இழைபோலத் தான் இருக்கும். ஆனால் செல் பிரிதல் நிகழ்வுக்கு முன்பு குரோமோசோம் குறிப்பிட்ட வடிவில் திரளும்.

உள்ளபடியே நம்மிடம் ஜினோம் சமையல் குறிப்புப் புத்தகத்தின் இரண்டு பிரதிகள் இருக்கின்றன. எனவே சில சமயம் ஒன்றில் பிழை இருந்தாலும் மற்ற பிரதியை வைத்து சமாளித்துக் கொள்கிறோம். ஒவ்வொரு மனித செல்களிலும் 23 ஜோடி அதாவது மொத்தம் 46 குரோமோசோம்கள் உள்ளன.

பொதுவே பாலினக் கலப்பு வழி உருவாகும் உயிரிகளில் ஜோடி குரோமோசோம்கள் இருக்கும். எடுத்துக்காட்டாக மனிதரில் 22 ஜோடி குரோமோசோம்கள் மற்றும் *XX* அல்லது *XY* பாலின ஜோடி குரோமோசோம்கள் அதாவது மொத்தம் 23 ஜோடி குரோமோசோம்கள் இருக்கும். இந்த ஜோடியில் ஒன்று தாயின்

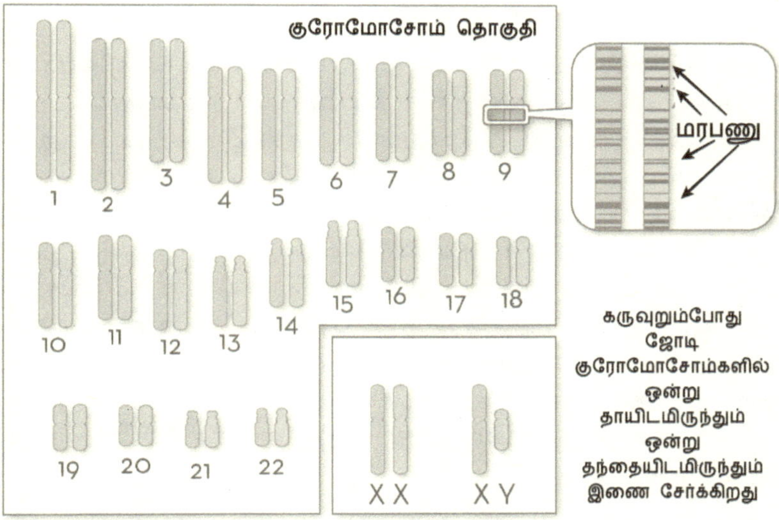

ஆரஞ்சு நிறத்தில் உள்ள குரோமோசோம்கள் தாயிடமிருந்தும் பச்சை நிற குரோமோசோம்கள் தந்தையிடமிருந்தும் இந்த மகவுக்கு கிடைத்துள்ளது. தாயிடமிருந்து எப்போதும் 23வது குரோமோசோம் X ஆகத்தான் இருக்கும். ஆனால் தந்தையின் 23வது குரோமோசோம் X அல்லது Y என்று அமையலாம். தந்தையிடமிருந்தும் X கிட்டினால் மகவு பெண்ணாகவும், Y கிடைத்தால் ஆணாகவும் குழந்தையின் உயிரியல் பாலினம் அமையும்.

கருமுட்டை வழியே மகவுக்கு வந்த குரோமோசோம். உதாரணமாக மனித குரோமோசோம்-1 இரண்டு ஜோடிகள் உள்ளன. இதில் ஒன்று தாயிடமிருந்தும் மற்றொன்று தந்தையிடமிருந்தும் வந்தவை. மற்றொன்று தந்தையின் விந்து வழியே மகவை அடைந்த குரோமோசோம். இதேபோல எலியில் உள்ள 40 குரோமோசோம்கள் உள்ளபடியே 20 குரோமோசோம் ஜோடிகள் ஆகும். ஒரு ஜோடி எலியின் தாயிடமிருந்து மற்றொரு ஜோடி எலியின் தந்தையிடமிருந்தும் பெற்று இறுதியில் நாற்பது குரோமோசோம்கள் எலியின் செல்களில் அமையும்.

மனிதனின் குரோமோசோம்களில் இருபத்து மூன்றாவது குரோமோசோம் புத்தகப்பகுதி ஜோடி மட்டும் சற்றே வித்தியாசமானது. இதில் மட்டும் இரண்டு வகைகள் உள்ளன. ஒன்றை *X* எனவும் மற்றதை *Y* எனவும் கூறுவார்கள். *X* புத்தகப்பகுதியை ஒப்பிட்டால் *Y* புத்தகப்பகுதி சிறியது. யாருக்கெல்லாம் *XX* என இருபத்து மூன்றாவது புத்தகப்பகுதி ஜோடி அமைகிறதோ அவர்கள் பெண் எனவும் யாருக்கெல்லாம் *XY* என அமைகிறதோ அவர்கள் ஆண்.

மனிதர்களில் *X,Y* குரோமோசோம்கள் பாலினத்தை தீர்மானம் செய்கின்றன. *XX* என்றால் பெண்; *XY* என்றால் ஆண். பறவைகளில், பாலின குரோமோசோம்கள் *Z* மற்றும் *W* ஆகும். பறவைகளில் *ZW* பெண் *ZZ* ஆண். சிறிய வட்டப்புழுவான சி. எலிகன்ஸ் *X* எனப்படும் ஒரே ஒரு வகை பாலின குரோமோசோம்களைக் கொண்டுள்ளது. வெறும் ஒரே ஒரு *x* மட்டும் தனித்து இருந்தால் (இதனை *XO* எனக் குறிப்பிடுவார்கள்) அது ஆணாகவும், இரண்டு *X* குரோமோசோம்கள் உள்ளவை ஆண்-பெண் பிணைந்த பாலினத்தையும் கொண்டு இருக்கும். அதாவது அவற்றால் முட்டை மற்றும் விந்துவை உருவாக்க முடியும். மனித குரோமோசோம்-1 இன் துவக்க 120 எழுத்துக்கள் இவை தான்.

caccctaaaccctaaccccctaaccctaaccctaaccctaaccctaaccctaaccccta-aaccctaaccctaaccctaaccctaaccctaaccctaaccctaaccctaaccctaaccctaa

இதில் *aaccct* எனும் மரபணுத் தொடர் மறுபடி மறுபடி தொடர்ந்து வந்துகொண்டே இருக்கிறது அல்லவா? இரட்டைக்கிழவி எனும் 'சடசட' 'படபட' 'திமுதிமு' 'கணகண' போன்ற ஒரே சொல் இரண்டு முறைகள் இணைந்து வந்து பொருள் தருவதுபோல

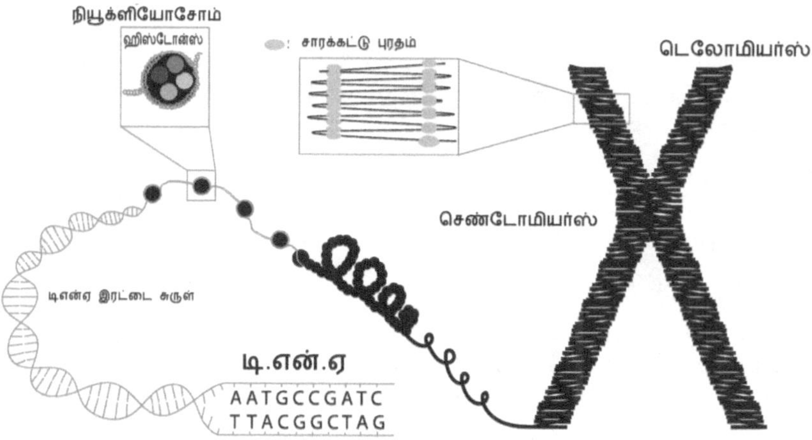

குரோமோசோம்களின் முனைகளில் அமைந்துள்ள டி.என்.ஏ. தொடரில் ஒருசில எழுத்துக்கள் மறுபடி மறுபடி திரும்பத் திரும்ப வரும். இந்தப் பகுதியைதான் முனைக்கூறு அல்லது டெலோமியர் (telomere) என அழைப்பார்கள். சிறு உலோகப் பட்டை ஷூலேஸ்களின் இழைகள் இற்றுப் பிரிந்து விடாமல் தடுப்பது போல குரோமோசோம்களின் முனைகளில் உள்ள இந்த டெலோமியர்ஸ் குரோமோசோம் இழைகள் அழிந்துவிடாமல் காக்கின்றன.

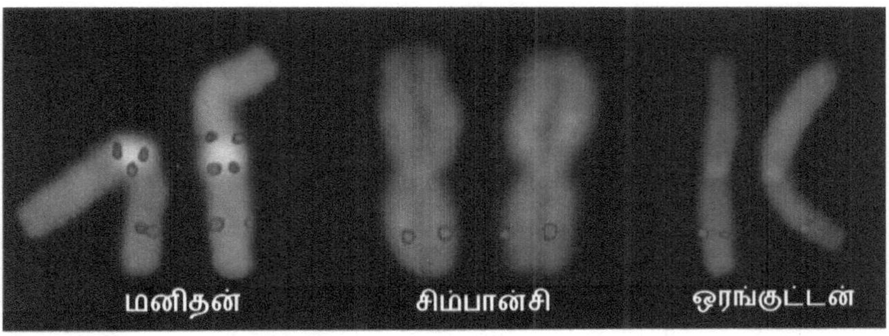

சிம்பன்சி, ஒரங்குட்டன் போன்ற மாந்தி உயிரினங்களில் SRGAP2 எனப்படும் மரபணு ஒரே ஒரு பிரதி தான் உள்ளது. மூளை வளர்ச்சியோடு தொடர்புடைய இந்த மரபணு மனித குரோமோசோமில் பல பிரதிகள் உள்ளன. மனித பரிணாம வளர்ச்சியில் இதற்கும் பங்கு உள்ளது எனக் கருதுகிறார்கள். உயிரின் இயக்கம் மட்டுமல்ல, பரிணாம படிநிலை வளர்ச்சியிலும் மரபணு தொகுதிக்குப் பங்கு உண்டு.

செல் பிரிந்து அடுத்த தலைமுறை இரண்டு ஜோடி செல்களைச் செல்பிரிதல் வழியே உருவாக்கும்போது சில வகை செல்களில் டெலோமியர்ஸ் அதன் சில பகுதிகளை இழந்து சற்றே நீளம் குறைகிறது. இழக்கும் பகுதி *aaccct* போன்ற மீண்டும் மீண்டும் தொடரும் மரபணுத் தொடர்தான். குறிப்பிட்ட அளவு டெலோமியர்ஸ் நீளம் குறைந்துவிட்டால் அதன் பின்னர் அந்த செல் தன்னை படி எடுத்துக்கொள்ள முடியாது. செல் முற்றிலும் அழிந்து விடும்.

வெள்ளை ரத்த அணுக்கள் போன்ற அடிக்கடி செல் பிரிதல் வழியே புத்தாக்கம் பெறும் செல்களில் உள்ள ஒரு சிறப்பு நொதி டெலோமியர்ஸ் சிதையாமல் பார்த்துக்கொள்ளும்; எனவே அந்தச் செல்கள் நீண்ட காலம் செல் பிரிதல் வழியே அடுத்தடுத்த தலைமுறையை உருவாக்கும்.

9

குப்பை டி.என்.ஏ

வியப்பாக ஜினோம் உயிரிப் புத்தகத்தில் பெரும்பாலான பகுதிகள் வெறும் கிறுக்கல்தான். பள்ளி வகுப்பில் நோட்ஸ் எடுக்கும்போது, குறிப்பு நோட்டுப் புத்தகத்தில் ஆசிரியர் சொல்வதை குறித்துக்கொண்டே இடையிடையே நாம் பல கிறுக்கல்களையும் செய்வதுபோல உயிரிப் புத்தகத்தில் சில பகுதிகள் மட்டுமே உயிரி இயக்கத்துக்கு உதவி செய்யும் ஆணைத்தொடர். மற்ற பகுதிகள் வெறும் குப்பை கிறுக்கல்கள். உயிரின் இயக்கத்தைக் குறித்த மொத்த புளூபிரிண்ட் ஜினோம் வரிசையில்தான் இருக்கிறது என்றாலும் மனித ஜினோமில் வெறும் 1% மட்டுமே புரதங்களை குறியன் செய்யும் மரபணுப் பகுதி. ஏனைய 99% புரதங்களை தர இயலாத குறிமுறையற்ற பகுதி. இதுவரை இந்தப் பகுதியை குப்பை டி.என்.ஏ. என்று அழைத்து வந்தார்கள்.

மனித ஜினோமில் புரதங்களைத் தயாரிக்கும் சுமார் இருபதாயிரம் ஜீன்கள் இருந்தால் புரதக் குறிமுறையற்ற ஜினோம் பகுதியில் சுமார் 25,000 -30,000 ஜீன்கள் உள்ளன எனக் கருதுகிறார்கள். இவை ஜினோமில் எந்தப் பகுதி செயல்பட வேண்டும், எந்தப் பகுதி முடங்க வேண்டும் என மேலாண்மை செய்யும் பகுதிகளாக செயல்படுகின்றன. எனவே இதுவரை புரதக் குறிமுறையற்ற (non-coding) ஜினோம் பகுதி வெறும் குப்பை டி.என்.ஏ. எனக் கருதப்பட்ட இந்த ஜினோம் பகுதியிலும் எதாவது மறைந்து இருக்கலாம் எனக் கருதி ஆய்வுகளை மேற்கொண்டு வருகிறார்கள். சூடோஜீன்கள் போன்றவை இந்தக் குறிமுறையற்ற பகுதியில் காணக்கிடைக்கின்றன. ஒரு காலத்தில் மனித மூதாதையர்களிடத்தில் வால் இருந்தது, அந்த வாலின் மிச்ச சொச்சம் நமது உடலில் வால் எலும்பு எனப்படும் தண்டுவட எலும்புவால் பகுதியாக நீடித்து வருகிறது. இதேபோல பரிணாம வளர்ச்சியில் நமது மூதாதையரின் டி.என்.ஏ.வின் செயலிழந்த பகுதிகளின் சுவடாகவும் இந்தக் குப்பை டி.என்.ஏ. பகுதியில் இருக்கலாம் எனக் கருதுகிறார்கள்.

சமையல் கையேட்டில் குறிப்பிட்ட உணவை எப்படித் தயாரிப்பது என்பது மட்டுமல்ல, சிறப்பாகச் சமையல் செய்வது குறித்தும் ஆலோசனைகள் இருக்கும். கண்ணீர் வராமல் வெங்காயத்தை எப்படி நறுக்குவது, எந்த சைட் டிஷ், எந்த உணவோடு பொருந்தி வரும், விசேஷ தினங்களில் செய்யவேண்டிய சிறப்பு உணவுகள் என்னென்ன என்பதுபோன்ற செய்திகளும் சமையல் புத்தகத்தில் இருக்கும் அல்லவா?. அதுபோல எந்தச் சமயத்தில் எந்தச் சூழலில் அந்த உயிரியின் எந்த வளர்ச்சிக் கட்டத்தில், எந்த ஜீன்களை இயக்க வேண்டும், எந்த ஜீன்களின் செயல்பாட்டை அமர்த்த வேண்டும் என்பதுபோன்ற வரைமுறை சார் செய்திகள் புரதம் தராத குப்பை எனக் கருதப்பட்ட டி.என்.ஏ. பகுதியில் உள்ளன எனக் கருதுகிறார்கள்.

ஒவ்வொரு செல்லிலும் முழு ஜினோம் வரிசை இருந்தாலும் எல்லா செல்களும் எல்லா புரதங்களையும் தயார் செய்வதில்லை. எனவே அந்தச் செல்லில் எந்த ஜீன் இயங்க வேண்டுமோ அதை மட்டும் இயக்கி, மற்ற ஜீன்களை உறக்கம் கொள்ளச் செய்ய வேண்டும். சில புரதங்கள் உயிரியின் இளம் பருவத்தில் வேண்டும்; சில முதுமையில் வேண்டும். சில உணவு உட்கொண்டவுடன் வேண்டும் சில உணவு செரித்த பின்னர் வயிறு காலியாக இருக்கும்போது வேண்டும். ஜீன்களை இயக்கவும் செயல்படுவதிலிருந்து முடக்கவும் சுவிட்ச்போர்டுபோல குறிமுறையற்ற பகுதி செயல்படுகிறது. ஜீனோம் மாற்றங்கள் (genome modifications) கொண்ட மேதிலேஷன் (methylation) செய்த இடங்கள் மூலம் மரபணு வெளிப்பாடு (gene expression) நடக்கிறது. இதைத்தான் எபிஜெனிடிக்ஸ் (epigenetics) என்கிறார்கள்.

சிறு குழந்தை முறையாகப் பேசக் கற்கும் முன்னர் ஒரே வார்த்தையை அல்லது ஓர் ஒலியை மறுபடி மறுபடி சொல்லிக்கொண்டே இருக்கும். காக்கா காக்கா என்றோ பௌபௌ பௌபௌ என்றோ நமக்குச் சலிப்பு தட்டும்படி திரும்பத் திரும்பக் கூறும். அதேபோல ஜினோமிலும் குறிப்பிட்ட எழுத்துக்கள் திரும்பத் திரும்ப வந்துக்கொண்டே இருக்கின்றன. எடுத்துக்காட்டாக மனித குரோமோசோம் 1இன் முதல் 1,800 எழுத்துக்களை உற்று நோக்குங்கள். அதில் AACCCT என்ற வரிசை மறுபடி மறுபடி வந்துகொண்டே கொண்டிருப்பதைக் காணலாம்.

வியப்பாக மனித ஜினோமில் TATATATATAபோல் இரண்டு எழுத்துக்கள் மறுபடி மறுபடி வருவது GTCGTCGTCGTCGTC

```
   1 caccctaaac cctaacccct aaccctaacc ctaaccctaa ccctaacccct aacccctaaa
  61 ccctaaccct aaccctaacc ctaaccctaa ccctaaccct aaccctaacc ctaaccctaa
 121 ccctaaccct aaccctaacc ctaaccctaa ccctaaccct aaccctaacc ctaacccctа
 181 accctaaccc taaccctaac cctaacccta accctaaccc taaccctaac cctaacccta
 241 accctaaccc taaccctaac cctaacccta accctaaccc taacccaacc ctaaccctaa
 301 ccctaaccct aaccctaacc ctaaccctaa ccctaaccct aaccctaacc ctaaccctaa
 361 ccctaaccct aaccctaacc ctaaccctaa ccctaaccct aaccctaacc ctaaccctaa
 421 ccctaaccct aaccctaacc ctaaccctaa ccctaaccct aaccctaacc ctaaccctaa
 481 ccctaaccct aaccctaacc ctaaccctaa ccctaaccct aaccctaacc ctaaccctaa
 541 ccctaaccct aaccctaacc ctaaccctaa ccctaaccct aaccctaacc ctaaccctaa
 601 ccctaaccct aaccctaacc ctaaccctaa ccctaaccct aaccctaacc ctaaccctaa
 661 ccctaaccct aaccctaacc ctaaccctaa ccctaaccct aaccctaacc ctaaccctaa
 721 ccctaaccct aaccctaacc ctaaccctaa ccctaaccct aaccctaacc ccctaaccc
 781 taaccctaac cctaacccta accctaaccc taaccctaac cctaacccta accctaaccc
 841 taaccctaac cctaacccta accctaaccc taaccctaac cctaaccctc accctcaccc
 901 tcaccctcac cctcaccctc accctcaccc tcaccctcac cctcaccctc accctcaccc
 961 tcaccctcac cctcaccctc accctcaccc tcaccctcac cctcaccctc accctcaccc
1021 tcaccctcac cctcaccctc accctcaccc tcaccctcac cctcaccctc accctcaccc
1081 taaccctaac cctaacccta accctaaccc taaccctaac cctaacccta accctaaccc
1141 taaccctaac cctaacccta accctaaccc taaccctaac cctaacccta accctaaccc
1201 taaccctaac cctaacccta accctaaccc taaccctaac cctaacccta accctaaccc
1261 taaccctaac cctaacccta accctaaccc taaccctaac cctaacccta accctaaccc
1321 taaccctaac cctaacccta accctaaccc taaccctaac cctaacaacc ctaaccctaa
1381 ccctaaccct aaccctaacc ctaaccctaa ccctaaccct aaccctaacc ctaaccctaa
1441 ccctaaccct aaccctaacc ctaaccctaa ccctaaccct aaccctaacc ctaaccctaa
1501 ccctaaccct aaccctaacc ctaaccctaa ccctaaccct taaccctaac cctaacccta
1561 accctaaccc taaccctacc ctaaccctaa ccctaaccct aaccctaacc ctaaccctaa
1621 ccctaaccct taacccttaa ccctaaccct aaccctaacc ctaaccctaa ccctacccct
1681 acccctaccc ctacccctac ccctaaccct accccaaccc caaccccaac cccaacccca
1741 accccaaccc caaccctaac cctaacccta accctaaccc taaccctaac ccaaccctaa
```

மனித குரோமோசோம் 1 இல் உள்ள முதல் 1800 எழுத்துகள். இந்தக் குரோமோசோமில் மொத்தம் 24.9 லட்சம் நியூக்ளியோடைடு எழுத்துக்கள் உள்ளன. மொத்த ஜினோம் வரிசையில் 8% இந்த குரோமோசோமில் உள்ளது.

போல் மூன்று எழுத்துக்கள், நான்கு எழுத்துக்கள், ஐந்து எழுத்துக்கள் எனப் பல்வேறு எண்ணிக்கையில் எழுத்துத் தொகுப்பு ஐம்பது முறை - நூறு முறை திரும்ப வருகிறது. 10லிருந்து 100 எழுத்துக்கள் மறுபடி மறுபடி திரும்ப வரும் பகுதிகளும் உள்ளன. மனித ஜினோமில் சுமார் 45% இப்படி திரும்பத் திரும்ப வரும் பகுதிகள்தாம். இவ்வாறு திரும்பத் திரும்ப வரும் ஜினோம் வரிசையை மீள் வரிசை என்பார்கள் (Repeated sequences).

குறிப்பாக, டெலோமியர்ஸ் (குரோமோசோம்களின் முனைகள்), மற்றும் சென்ட்ரோமியர் (செல் பிரிவில் சகோதரி குரோமோசோம்களைப் பிரிப்பதற்கு முக்கியமான டிஎன்ஏ பகுதி) ஆகியவை மீண்டும் மீண்டும் தொடரும் எழுத்துக்களால் நிரம்பியுள்ளன. *AACCCT* வரிசையும் *TTAGGG* வரிசையும் டெலோமியர் எனும் குரோமோசோம் முனைகளில் பல தடவை திரும்ப வருவதைக் காணலாம். சென்ட்ரோமியர் பகுதியில் *AAT-*

GG மற்றும் *ATTCC* என்ற வரிசை பல நூறு தடவைகள் திரும்ப வந்துகொண்டே இருக்கும்.

இரண்டு முக்கிய மீள் வரிசை வகைகள் உள்ளன. முதலாவது ஒன்றன்பின் ஒன்றாக வரும் மீள் வரிசை (*tandem repetitive sequences*) மற்றும் அடுத்து அடுத்து அமையாமல் ஜினோமில் ஆங்கங்கே திட்டுத் திட்டாக மீள் வரும் மீள் வரிசை (*interspersed repeats*).

டி.என்.ஏ. கைரேகை-பிங்கர்பிரிண்ட் என்று கேள்விப்பட்டிருக்கிறோம். குற்றம் நடந்த இடத்திலிருந்து திரட்டிய டி.என்.ஏ. தகவல்களை அலசி இவர்தான் குற்றவாளியென டி.என்.ஏ. மூலம் உறுதி செய்கிறார்கள். அதேபோல குறிப்பிட்ட குழந்தையின் உயிரியல் தாய், தந்தை யார் என அறியவும் டி.என்.ஏ. கைரேகை ஆய்வு உதவுகிறது. புலி, யானைபோன்ற காட்டுயிர்களை இனம் காணவும் இதே தொழில்நுட்பத்தைப் பயன்படுத்துகிறார்கள். விலங்குகளின் கழிவுகளிலிருந்து அவற்றின் டி.என்.ஏ.வை திரட்ட முடியும். அதை வைத்து ஆய்வு செய்கிறார்கள். இதற்கெல்லாம் கைக்கொடுப்பது நமது ஜினோமில் உள்ள ஒன்றன்பின் ஒன்றாக வரும் மீள் வரிசை பகுதிகள்தாம்.

சிறு குழந்தை மறுபடி மறுபடி சில வார்த்தைகளைத் திரும்பத் திரும்பப் பேசுவது பொருளற்றதாக இருக்கலாம், ஆனால் ஜினோமின் மீள்வரிசைக்கு பொருள் உள்ளது எனக் கருதுகிறார்கள். செல் மூப்படைதல் மற்றும் செல் மடிதலில் டெலோமியர் மீள் வரிசை எண்ணிக்கைக்கும் தொடர்பு உண்டு. ஒரு செல் பிரிந்து இரண்டு மகவு செல்களாக ஆகும். மகவு செல்களின் டெலோமியர் நீளம் தாய் செல்களின் நீளத்தைவிடக் குறைவாக இருக்கிறது. டெலோமியர் மீள் வரிசையின் நீளம் அடுத்த அடுத்த தலைமுறை செல்களில் குறைந்துகொண்டே போகிறது. தேய்ந்துபோன கார் டயரை ரீட்ரெடிங் செய்து புதுப்பித்து பயன்படுத்துகிறோம். ஆனால் குறிப்பிட்ட அளவு புதுப்பித்த பின்னர் அந்த டயரை களைய வேண்டியது தான். அதுபோல குறிப்பிட்ட அளவு டெலோமியர் நீளம் குறைந்து போனால் அதன் பின்னர் அந்த செல் தன்னை செல் பிரிவு செய்துகொண்டு மகவு செல்களை தயார் செய்யாது. செல் பிளவில் உருவாகும் புதிய செல்கள் ஓரளவு புதுப்பிக்கப் பட்ட டயர்கள் போலத்தான். ஒவ்வொரு முறை மகவு செல்கள் உருவாகும் போதும் அதில் சில பிசிறுகள் ஏற்படலாம். குறிப்பிட்ட செல், குறிப்பிட்ட அளவு தன்னைத் தானே பிளந்து

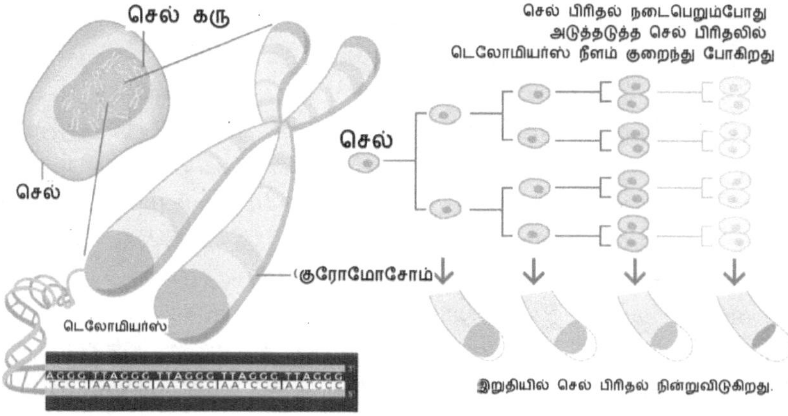

ஒவ்வொருமுறை செல் பிரிதல் வழியே மகவு செல்கள் பிறக்கும்போது அதன் டெலோமியர்ஸ் நீளம் குறைந்து வரும். இறுதியில் குறிப்பிட்ட அளவு குறைந்து போனதும் அண்ட் செல் செல் அடுத்த தலைமுறை செல்களைத் தயார் செய்யாமல் மடிந்துவிடும்.

புதிய செல் தயார் செய்ததும் அது மடிந்து விடும். அதன் பின்னர் ஸ்டெம் செல் புத்தம் புதிய செல்லைத் தயாரித்துத் தரும். டெலோமியர் பகுதி ஜினோம் புரதங்களை தயார் செய்வதில்லை எனினும் அந்தப் பகுதிக்கும் செல் இயக்கத்தில் பங்கு உண்டு.

அதேபோலத்தான் பல்வேறு மீள் வரிசைகள் பல்வேறு வகையில் உடலியல் இயக்கத்தோடு தொடர்புகொண்டுள்ளது. மனித குரோமோசோம்-1இல் உள்ள 'செயல்பாடு விளங்காத களம் DUF1220' (domain of unknown function 1220) என 2018 வரை அறியப்பட்ட ஜினோமின் ஓல்டுவாய் கள (Olduvai domain) மீள் வரிசை பகுதிப் பரிணாமத்தில் மூளை அளவு வளர்ச்சியோடு தொடர்புப் படுத்தப்படுகிறது. அறுபத்தைந்து அமினோ அமில தொகுப்பு கொண்டது இந்த DUF1220 வரிசை. மனிதனில் சராசரியாக இந்தப் பகுதி ~289 முறை மீள் வருகிறது. ஆப்ரிக்க முதனி (Primate) இனத்தைச் சார்ந்த சிம்பன்சிகளிடம் ~125 பிரதிகள் கொரில்லாக்களிடம் ~99 மற்றும் ஒரங்குட்டன் இடம் ~92 பிரதிகள் இந்த மீள் வரிசை உள்ளது. பரிணாமத்தில் முந்தி உருவான குரங்குகளிடம் வெறும் ~35 பிரதிகள் மட்டுமே உள்ளன. முதனி இனத்தைச் சாராத விலங்குகளிடம் ஓரிரண்டு பிரதிகள் மட்டுமே உள்ளது. இந்த மீள் வரிசையின் பிரதிகள் தொகை கூடுவதோடு மனித பரிணாமத்தில் மூளையின் அளவு அதிகரித்த போக்குடன் தொடர்புடையது எனக் கருதுகிறார்கள்.

பரிணாம வளர்ச்சியில் ஓல்டுவாய் கள மீள் வரிசைப் பிரதிகளின் எண்ணிக்கை கூடியது மனித மூளை வளர்ச்சிக்கு உதவிகரமாக இருந்தாலும் இவை சில சமயங்களில் தீங்கு விளைவிக்கக்கூடும். குரோமோசோம் 1இன் 1q21 எனப்படும் நிலையற்ற பகுதியில் இந்த மீள் வரிசை குவிந்துள்ளது. எனவே செல் பிரிதலில் குரோமோசோமின் இந்தப் பகுதி நகல் செய்யப்படும் வேளையில் சற்றே கூடுதல் அல்லது குறைவாகப் பிரதி எடுக்கப்படலாம். எனவே முதனி விலங்குகளில் மனிதனிடம் கூடுதலாக இந்த ஜீன் வரிசை மீள் பிரதி இருந்தாலும் உங்களுக்கும் எனக்கும் இந்த மீள் வரிசைத் தொகை வேறுபடும். கூடுதல் அளவில் இந்தப் பிரதி இருந்தால் ஆட்டிசம் ஏற்படும் எனவும் குறைந்த அளவு இந்தப் பிரதி இருந்தால் ஸ்கிசோஃப்ரினியா (Schizophrenia) எனும் பிளவுபட்ட மனநோய் நிலை உருவாகும் எனக் கருதுகிறார்கள். மேலும் இந்த மீள் வரிசைப் பிரதிகளின் எண்ணிக்கை சார்ந்து இயல்புக்கு மீறிய அளவில் மூளை பெரிதாக அல்லது சிறியதாக வளரும் என யூகம் செய்கிறார்கள்.

புரதக் குறிமுறையற்ற பகுதியில் ஏற்படும் மாற்றம் ஒரு மரபணுவைச் செயல்படுத்தி, தவறான இடத்தில் அல்லது தவறான நேரத்தில் ஒரு புரதம் உற்பத்தி செய்யப்படலாம். மாற்றாக, ஒரு மாறுபாடு ஒரு முக்கியமான புரதத்தின் உற்பத்தியை முக்கியமாகத் தேவைப்படும்போது முடக்கலாம். புரதக் குறிமுறையற்ற பகுதிகளில் சில இடங்களில் சைட்டோசின், அடினைன்,

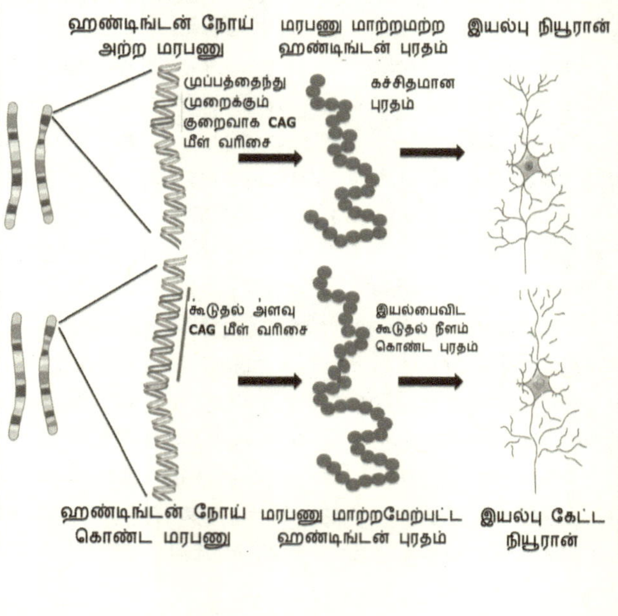

குவானைன் ஆகிய மூன்று நியூக்ளியோடைட்டுகள் (nucleotides) மீள்வரிசையாக ஒன்றன் பின் ஒன்றாக அமையும். CAG தொடர் என இதனைக் கூறுவார்கள். வாய் உதடுகளில் அன்னப்பிளவு முதல் முகம் விகாரமாக உருவாகும் பியர் ராபின் நோய் எனும் கொடும் நிலை குறிமுறையற்ற ஜினோம் பகுதியில் ஏற்படும் மீள் வரிசையின் பிரதிகள் எண்ணிக்கை மாற்றத்தினால் உருவாகிறது எனக் கண்டுபிடித்து இருகிறார்கள்.

விகடகவி; யானை பூனையா - இந்த இரண்டையும் சற்றே கூர்ந்து கவனியுங்கள். இந்தச் சொற்களை இடமிருந்து வலமாகவோ, வலமிருந்து இடமாகவோ படித்தாலும், சொற்களோ, பொருளோ மாறாமல் இருக்கிறது. இதற்கு மாலைமாற்று என்று பெயர். பாலிண்டிரோம் என்றும் கூறுவார்கள்.

மாலைமாற்று முறையில் அமைந்த சில முழு காவியங்கள் உள்ளன. வடமொழியில் அமைந்த ஸ்ரீ வேங்கடேச கவியின் 'ஸ்ரீ ராகவ யாதவீயம்' எனும் நூலை நேராகப் படித்தால் ராமாயணம்; தலைகீழாகப் படித்தால் மஹாபாரதம்! அதாவது அதே நூலை முதல் எழுத்தில் ஆரம்பித்து, கடைசி எழுத்துவரைக்கும் நேராகப் படித்தால் ராமனின் கதையும் கடைசி எழுத்தில் தொடங்கி, முதல் எழுத்துவரைக்கும், திருப்பிப் படித்தால் கண்ணபிரானின் கதையும் பொருளாகும்.

இதற்கும் ஜினோமிக்ஸ்க்கும் என்ன தொடர்பு?

டி.என்.ஏ. ஜினோம் வரிசையில் ஒரு கிளையில் உள்ள வரிசைக்கு நேர் எதிர் வரிசையில் மறு கிளையில் அமையும் படி இருக்கும். சுருள் ஏணிபோல உள்ள டி.என்.ஏ. தொடரில் ஒரு தண்டில் A என்ற எழுத்து இருந்தால் அதற்கு ஜோடியாக மற்றொரு தண்டில் Tதான் இருக்க முடியும். அதேபோல ஒரு தண்டில் G இருந்தால் அத்தோடு C மட்டுமே ஜோடி சேரும்.

இதன் பொருள் என்ன? டி.என்.ஏ. சுருளில் ஒரு தண்டில் AT-GATCTCGTAA என்கிற தொடர் இருப்பதாகக் கொள்வோம். A வுடன் T மற்றும் Gவுடன் Cதோன் ஜோடி சேரும் என்பதால் மறு தண்டில் TACTAGAGCATT என்ற வரிசை மட்டுமே சாத்தியம்.

டி.என்.ஏ

சுருள் ஏணிபோல உள்ள டி.என்.ஏ. தொடரில் ACCTAGGT என ஒரு கிளை அமைந்தால் இந்த வரிசையை முழுமையாக்கும் ஜோடி கிளை TGGATCCA என்றுதான் அமைய முடியும்.

யானை பூனையா என்பதை தலைகீழாகப் படிப்பதைப் போல ACCTAGGT தலைகீழாகப் படித்தால் அது TGGATCCA; அதாவது அதன் மாலைமாற்று ஜோடி, அதேபோல GAATTC அதன் இணைத் தொடர் CTTAAG மற்றும் GATATC அதன் இணையத்தொடர் CTATAG முதலியவையும் பாலிண்டிரோம் மரபணு வரிசை.

இது இரண்டு தண்டுகள் கொண்ட டி.என்.ஏ. மூலக்கூறுகளில் காணப்படும் மாலை மாற்று மரபணு வரிசைக்கு எடுத்துக்காட்டுகள்.

ஆர்.என்.ஏ. வரிசையில் ஜோடி தண்டு இல்லை. வெறும் வரிசை தான். 'விகடகவி' எனும் வார்த்தையை நேராகப் படித்தாலும் தலைகீழ் வரிசையில் படித்தாலும் ஒரே வரிசை தருவதுபோல ஆர்.என்.ஏ. மரபணு வரிசை அமையக் கூடும், இவற்றை பாலிண்டிரோம் ஆர்.என்.ஏ. மரபணு வரிசை என்பார்கள்.

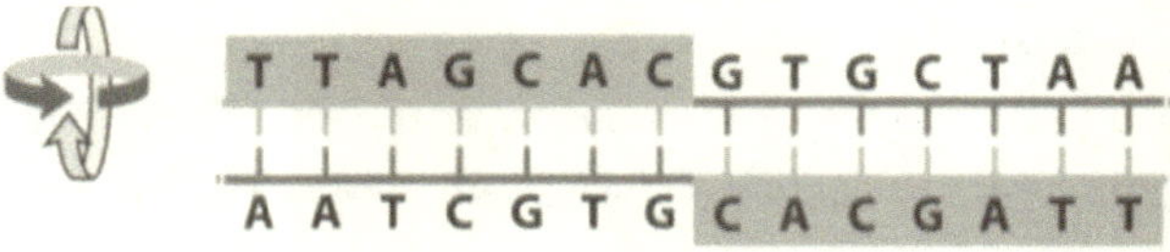

பாலிண்டிரோம் மரபணு
மாலைமாற்று தொடர் பகுதிகள்

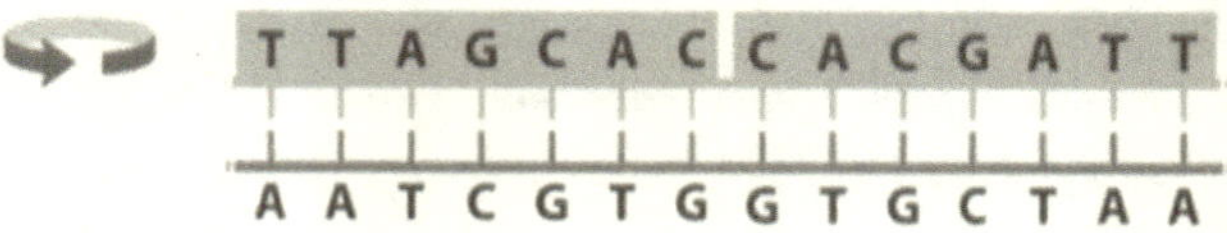

மனித மரபணுத் தொடரில் 12,556,994க்கும் மேற்பட்ட மாலைமாற்று தொடர் பகுதிகள் உள்ளன. இலக்கியத்தில் பாலிண்டிரோம் வரிசை இயக்கிய நயம் கொண்ட வேடிக்கை. ஆனால் மரபணுவில் மாலைமாற்று வரிசைகள் நோய்களோடு தொடர்புடையது என்கிறார்கள். மரபணுப் பிழையால் ஏற்படும் புற்றுநோய் போன்ற பல்வேறு நோய் ஜீன்களில் பாலிண்டிரோம் வரிசை காணப்படுகிறது. புற்று மரபணுத் தூண்டுதலில் மாலைமாற்று தொடர் பகுதிகள் பங்கு வகிக்கின்றன எனவும் சமீபத்திய ஆய்வுகள் சுட்டுகின்றன.

10
செல்களின் இயக்கம்

எல்லா வீடுகளும் செங்கல் கொண்டு கட்டப்படுவதுபோல எல்லா உயிரிகளின் அடிப்படை அலகு 'செல்'. பாக்டீரியா போன்ற ஒரு செல் உயிரி முதல் பல செல்கள் கொண்ட உயிரிகள் உண்டு. சராசரி மனிதனின் உடலில் 37,20,00,00,00,000 (37,200 கோடி) செல்கள் உள்ளன.

பல செல் உயிரிகளில் பொதுவே வெவ்வேறு உறுப்புகளில் வெவ்வேறு வகையான செல்கள் இருக்கும். எடுத்துக்காட்டாக மனிதனை எடுத்துக்கொண்டால் எலும்புச் செல்கள், ரத்த செல்கள், நியூரான் எனப்படும் மூளைச் செல்கள்போல சுமார் 200-க்கும் அதிகமான செல் வகைகள் இருக்கின்றன.

ஒரே ஓர் அறை மட்டுமே கொண்ட வறியவரின் வீடு என்றால் அதே அறையில் ஒரு மூலையில் சமையல் நடக்கும். வேறொரு மூலையில் படிக்கும் இடம் இருக்கும். அதே அறையின் நட்டநடுவே பாயை விரித்து இரவில் படுத்துத் தூங்குவார்கள். அதுபோலத்தான் ஒரே ஒரு செல் மட்டுமே உடைய பாக்டீரியா போன்ற நுண்ணுயிரிகள் அவற்றுக்கு வேண்டிய பல்வேறு புரதங்களை ஒவ்வொரு செல்லும் தனக்குத் தானே தயாரித்துக் கொள்ளும்.

பல செல் உயிரி என்றால் சற்றே வித்தியாசம். பல அறைகள் கொண்ட வீட்டில், ஒவ்வொரு பகுதிக்கும் சில சிறப்புப் பயன்கள் உண்டு. எடுத்துக்காட்டாக சமையலறையில் உணவு சமைக்கிறோம். கழிவறையில் குளிப்பதுபோன்ற உடல் சுத்த செயல்களைச் செய்கிறோம். வேறொரு அறையில் உட்கார்ந்து படிக்கிறோம். வீட்டின் அளவைப் பொருத்து வரவேற்பறை, படுக்கையறை எனத் தனியாக இருக்கக்கூடும். அதுபோலவே ஒவ்வொரு பல செல் உயிரியின் உடலிலும் பல்வேறு சிறப்புத் திசுக்கள் இருக்கும். அவற்றை 'உறுப்பு' என்கிறோம். நுரையீரல், இதயம், ரத்தம், எலும்பு, மூளைபோன்ற பல்வேறு உறுப்புக்கள் மனிதனுக்கு உண்டு. அதுபோலவே மற்ற உயிரிகளுக்கும் பற்பல உடல் உறுப்புக்கள் இருக்கும்.

ஒரு செல் உயிரி என்றாலும், பல செல் உயிரி என்றாலும் அவற்றின் ஒவ்வொரு செல்லிலும் அந்த உயிரியின் மரபணு வரிசைப் பிரதி இருக்கிறது. அந்த மரபணுத் தொடரில்தான் அந்தந்த சிறப்பு திசுக்களைச் சார்ந்த செல்கள் மேற்கொள்ள வேண்டிய பணிகள் குறித்த ஆணைத்தொடர் உள்ளது.

பல செல் உயிரியில் தனித்துவம் மிக்க உடல் உறுப்புகளும், அந்தந்த உறுப்புகளைச் சார்ந்த தனித்துவமான திசுக்களும் உள்ளன. இந்த திசுக்கள் செல்களினால் கட்டமைக்கப்பட்டிருக்கும். உடலின் எந்த ஒரு செல்லாக இருந்தாலும் அவற்றுக்கு இரண்டு முக்கியப் பணிகள் உண்டு. முதல் பணி, அந்தச் செல் இருக்கும் திசு, உடலுறுப்பு நிறைவேற்ற வேண்டிய பணியை மேற்கொள்ள வேண்டும். மனித உடலில் கணையம்தான் இன்சுலின் என்ற ஹார்மோனைச் சுரக்கிறது. ரத்தத்தில் உள்ள குளுகோஸ் அளவைப் பொருத்து இன்சுலின் சுரக்க வேண்டும். கணையத்தில் எங்கே இன்சுலின் உற்பத்தியாகிறது? கணையத்தில் உள்ள ஒவ்வொரு செல்களும் சிறு சிறு அளவில் இன்சுலினை உற்பத்தி செய்யும் என எளிமையாகப் புரிந்துகொள்ளலாம்.

கணைய செல்கள் இன்சுலின்தான் உற்பத்தி செய்யும், அப்படி என்றால் இன்சுலின் உற்பத்தி செய்யவேண்டிய தகவல் கொண்ட மரபணுப் பகுதி மட்டும் அந்தச் செல்லில் இருந்தால் போதுமா? ஏன் முழு மரபணுத் தொகுதியும் ஒவ்வொரு செல்லிலும் உள்ளது?

ஒவ்வொரு செல்லும் காலப்போக்கில் பழுது அடைந்து விடும். பழுதடைந்த செல்லுக்கு இணையாகப் புதிய செல் உற்பத்தி ஆக வேண்டும். செல் பிரிதல் நிகழ்வு என்ற இயக்கத்தின்படி, ஒரு செல் முதிர்ந்து, இரண்டாகப் பிளந்து இரண்டு செய் செல்கள் உருவாகும். பாக்டீரியாபோன்ற ஒரு செல் உயிரியாக இருந்தாலும் சரி, பல செல் உயிரிகளாக இருந்தாலும் சரி, இரண்டிலும் செல் பிரிதல் நிகழ்வு நடைபெறும்.

எடுத்துக்காட்டாக ஒவ்வொரு ரத்த சிவப்பணுவும் சுமார் 100 முதல் 120 நாட்கள் வரைதான் உயிர்ப்புடன் இருக்கும். தோல் செல்கள் வெறும் நான்கு வாரங்கள். மட்டுமே. அதாவது அந்தச் செல்கள் மடிந்து போகும். குடலின் புறணிச் செல்கள், அதாவது குடலின் உட்புறமாகப் பூசியதுபோல அமைந்துள்ள செல்கள் வெறும் 4-5 நாட்களுக்கு ஒருமுறை புத்தாக்கம் பெறும். பஞ்சர் ஆகி தொய்ந்து போனபின்னர் சைக்கிள் பழைய டயரைத் தூக்கி

வீசி, புதிய டயரை பொருத்திக்கொள்வதுபோல உடலின் ஒவ்வொரு செல்லும் (சில விதிவிலக்குகள் தவிர்த்து) புத்தாக்கம் பெரும்.

பழையன கழிந்து புதியன உருவாகச் சிதையும் ஒவ்வொரு செல்லுக்கும் ஈடாக மற்றொரு செல்லைத் தயார் செய்யவேண்டும். அந்த புதிய செல்லைத் தயார்செய்வதும் பழைய செல்தான்! தனக்கு ஈடான புதிய செல்லைத் தயார் செய்து தன் இடத்தை நிரப்பும் பணியும் அதே செல்களுக்கு தான். செல் பிரிதல் ஊடே தான் புதிய செல்கள் உருவாகின்றன.

எப்போது பழைய செல் தன்னை அழித்துக்கொண்டு புதிய செல்லைத் தயார் செய்யவேண்டும். எப்படி புதிய செல்லைத் தயார்செய்வது போன்ற ஆணைத்தொடர்களும் அதே மரபணுத் தொடரில்தான் உள்ளன. எனவேதான் ஒவ்வொரு செல்லிலும் மரபணுத் தொடரின் முழு பகுதியும் உள்ளது.

ஒருவருக்கு இரண்டு பிள்ளைகள்; அவருக்கு இருப்பதோ ஒரே வீடு. அவர் மடிந்த பின்னர் யாருக்கு வீடு சென்று சேரும்; இருவரும் பகுதியாகப் பிரித்துக்கொள்ளலாம் அல்லது வீட்டை விற்றுவிட்டு வரும் பணத்தை சமமாகப் பங்கிட்டுக்கொள்ளலாம்.

ஒரு செல் பிரிந்து இரண்டு செல்கள் உருவாகின்றன எனக்கொள்வோம். ஒரே ஒரு மரபணுத் தொடர்தானே முதலில் இருக்கும். புதிதாக உருவாகும் இரண்டு செல்களில் எந்த செல்லுக்கு மரபணுத் தொடர் செல்லும். வீட்டைப் பங்கு போட்டதுபோல இரண்டு மகவு செல்களும் பாதிப் பாதி மரபணு தொடரை பிரித்து எடுத்துக்கொள்ள முடியாது.

மரபணுத் தொடர் அமைப்பு சாதுரியமானது. முறையான சூழலில் தன்னைத் தானே நகல் எடுத்துக்கொள்ள முடியும். அதே போலக் குறிப்பிட்ட சூழலில்தானே தன்னைப் படிக்கவும் முடியும். ஜெராக்ஸ்போல நகல் எடுத்துக் கொள்வதை மரபணு படியாக்கம் (Replication) டி.என்.ஏ.இரட்டித்தல் எனக் கூறுவார்கள். தானே தன்னை வாசிப்பதை மரபணு மொழிமாற்று (Translation) எனக் கூறுவார்கள்

செல் பிரிதலில் ஒரு செல் இரண்டு செல்களாக மாறும்போது ஒவ்வொரு செல்லுக்கும் முழு மரபணுத் தொடர் தேவை. தாய் செல்லில் இருக்கும் ஒரு மரபணுத் தொடர் இரட்டிப்பாகி இரண்டு ஜோடிகள் உருவாக வேண்டும்.

டி. என். ஏ இரட்டித்தல்

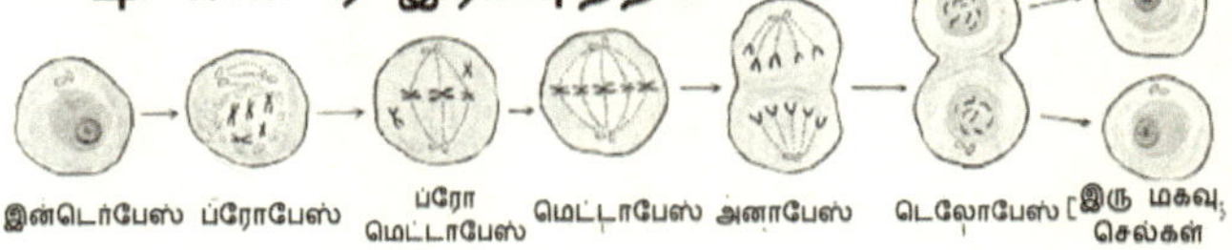

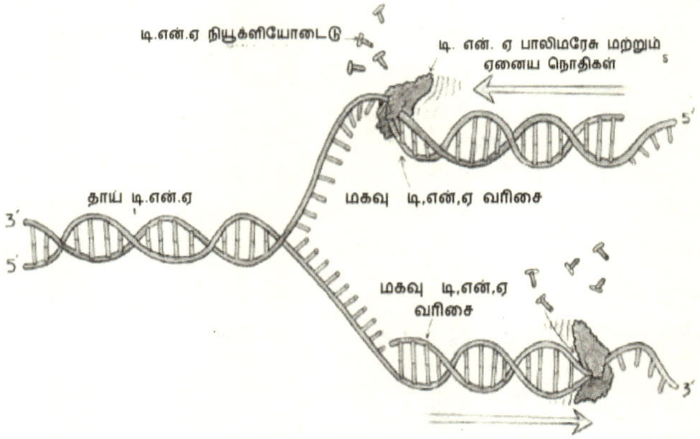

டிஎன்ஏ வின் ஜோடி இழைகள் பிரிந்து மெல்ல மெல்ல அதன் இனை உருவாக்கி இறுதியில் இரண்டு ஜோடி டிஎன்ஏ உருவாகும்.

செல் பிரிதல் நிகழ்வில் இரட்டிப்பு நகல் எடுக்கத் தயார் ஆகும்போது முறுக்கிய ஏணிப்படிபோன்ற இரட்டைச்சுருள் வடிவத்தைக் கொண்ட டி.என்.ஏ. நடுவே பிரியும். கால்சட்டை, மேல்சட்டை சிலவற்றில் ஜிப் வைத்து இருப்பார்கள். ஜிப்பை பிரித்து அவிழ்க்கும்போது அதுவரை பிணைந்து இருந்த இரண்டு இழைகள் பிரிந்து வருவதுபோல முறுக்கிய ஏணிபோன்ற டி.என்.ஏ. இரண்டாகப் பிரியும்.

ஒவ்வொரு தண்டிலும் ATGC ஆகிய நான்கு நியூக்ளியோடைட்டுகள் (nucleotide) பல்வேறு வரிசைகளில் அமைந்திருக்கும். Aவுடன்தான் T ஜோடி சேரும், அதுபோல G வுடன் C ஜோடி சேரும். எனவே ஒரு தண்டில் ACGT என்ற வரிசை இருந்தால் அதன் இணைத் தண்டில் TGCA என்ற வரிசை தான் இருக்கும்.

பிரிந்த இழைகளில் இப்போது ஜோடி இருக்காது. ஜோடி இல்லாமல் பிரிந்து கிடக்கும் முதல் தண்டில் ACGT என்ற வரிசைக்குப் பொருந்தி முழுமை செய்யும் TGCA என்ற வரிசை புதிதாக உருவாகி பிணையும். முதல் தண்டு தற்போது முழுமை அடைந்து டி.என்.ஏ. ஆகும்.

அதேபோல இரண்டாம் தண்டில் *TGCA* என்ற வரிசைக்கு ஏற்ற *ACGT* என்ற வரிசை புதிதாக உருவாகி அந்த இரண்டாவது தண்டும் புதிய டி.என்.ஏ. ஆகும். ஒரு கல்லில் இரண்டு மாங்காய் என்பது போல ஒரு டி.என்.ஏ. தானே படி எடுத்து இரண்டு டி.என்.ஏ. தொடர்களாக மாறும்.

இதேபோல இரண்டு, நான்காக முடியும். நான்கு, எட்டு என வளர முடியும். எனவே ஒரு செல் கருவுற்ற முட்டை, பல செல் உயிரிகளாக வளர முடிகிறது.

11

புரதம்: செய்து பார்

நான் கேட்டேன், மறந்தேன்,; நான் பார்த்தேன், நினைவில் கொண்டேன்,; நான் செய்தேன், புரிந்துகொண்டேன் என்பது தான் கற்றலின் சூட்சுமம். ஜினோம் மொழியில் எழுதப்பட்டுள்ள எழுத்து, வார்த்தை, வாக்கியத்தை நாமும் படித்துப் புரதம் செய்யக் கற்போமா?

Second letter

first letter	U	C	A	G	Third letter
U	UUU UUC } Phe UUA UUG } Leu	UCU UCC UCA UCG } Ser	UAU UAC } Tyr **UAA Stop** **UAG Stop**	UGU UGC } Cys **UGA Stop** UGG Trp	U C A G
C	CUU CUC CUA CUG } Leu	CCU CCC CCA CCG } Pro	CAU CAC } His CAA CAG } Gln	CGU CGC CGA CGG } Arg	U C A G
A	AUU AUC AUA } Ile AUG Met	ACU ACC ACA ACG } Thr	AAU AAC } Asn AAA AAG } Lys	AGU AGC } Ser AGA AGG } Arg	U C A G
G	GUU GUC GUA GUG } Val	GCU GCC GCA GCG } Ala	GAU GAC } Asp GAA GAG } Glu	GGU GGC GGA GGG } Gly	U C A G

1 மேலே உள்ள பட்டியலைப் பார்த்து கீழே உள்ள ஜினோம் குறியீட்டு மொழியின்படி சுட்டும் அமினோ அமில வரிசையைக் கண்டுபிடி.

UUUCUCGUAUCC

UUUUCGUAUCCC

2 கீழே உள்ள ஜினோம் குறியீட்டு மொழியின் முதல் எழுத்திலிருந்து துவங்கினால், இரண்டாவது எழுத்திலிருந்து துவங்கினால்; மூன்றாவது எழுத்திலிருந்து துவங்கினால் என்னென்ன மும்மை வரிசைகள் வரும் (ஏன், நான்காவது எழுத்திலிருந்து துவங்க வேண்டியது இல்லை? சிந்தனை செய்து பார்).

GCUAUGAGGUCAUGGCUUCUGUAGUAACGUGAC

3 மேலே உள்ள மூன்று புரத வரிசைகளும் எங்கே துவங்கி, எங்கே முடிகிறது எனக் கண்டுபிடி. எல்லா புரத வரிசையும் *AUG*யில்தான் துவங்க வேண்டும். அதேபோல முதன்முதலில் வரும் *UAA* அல்லது *UAG* அல்லது *UGA*வில் முடிந்து விடும்.

விடை

UUUCUCGUAUCC = Phe-Leu-Val-Ser

UUUUCGUAUCCC= Phe-Ser-Tyr- Pro

மூன்று வரிசைகள்

F1: GCU AUG AGG UCA UGG CUU CUG UAG UAA CGU GAC

F2: CUA UGA GGU CAU GGC UUC UGU AGU AAC GUG

F3: UAU GAG GUC AUG GCU UCU GUA GUA ACG UGA

மூன்று வரிசையிலும் துவக்கம் மற்றும் நிறுத்தம் வரையான ஜினோம் வரிசை

F1: AUG AGG UCA UGG CUU CUG UAG = Met Arg Ser Trp Leu Leu STOP

F2: இல் துவக்கக் குறி *AUG* இல்லை. எனவே இது முறையற்றது.

F3: AUG GCU UCU GUA GUA ACG UGA = Met Ala Ser Val Val Thr STOP

12

உயிரியின் சூட்சுமம் புரதம்

உயிரியின் ஒவ்வொரு செல்லும் தயார் செய்து சுரக்க வேண்டிய புரதங்களை உருவாக்கும் செய்முறை அடங்கிய சமையல் கையேடுதான் டி.என்.ஏ. அல்லது மரபணுத் தொகுப்பு. மரபணுத் தொகுப்பை உயிரின் புத்தகம் என உருவகம் செய்யலாம்.

தேவநாகரி வரிவடிவத்தை அறிந்தவர்கள் पानी என்று எழுதப்பட்டதை 'பானி' எனப் படிக்கச் முடியலாம். ஆனால் அதன் பொருள் என்ன என்று விளக்கினால்தானே பயன். மரபகராதி எனும் ஜினோமில் உள்ள எழுத்துக்களை அந்த எழுத்துக்களின் முக்குறியகூட்டை, அமினோ அமிலக் குறியீட்டைப் படிப்பது வரிவடிங்களைப் படிப்பது போலத்தான். அதன் பொருள் விளங்கினால் தான் உயிரிப் புத்தகத்தில் என்ன எழுதப்பட்டு இருக்கிறது என நமக்குப் பொருள் விளங்கும். ஜினோம் வரிசை வரிவடிவம் என்றால் பெரும்பாலும் புரதம்தான் அதன் பொருள்.

பால், பருப்பு, மீன்போன்ற உணவுகள் புரதச் செறிவு கொண்டவை. புரதம் என்றதும் இவைதான் நமது நினைவுக்கு வரும். இவை மட்டுமல்ல, நமது வாயில் ஊறும் எச்சில் முதல் கண்ணில் கசியும் கண்ணீர் வரை புரதங்கள் கொண்டவைதாம். செல் இயக்கம் முதல் உயிரியின் இயக்கம்வரை எல்லா உயிரி இயக்கங்களின் முக்கிய செயலூக்கி புரதங்கள்தாம்.

செல்களுக்குள்ளே நடைபெறும் உயிரி வேதிவினைகளை முடுக்கிவிடும் என்ஸைம்கள் ஒருவகை புரதங்கள்தாம். செல் முதல் திசு மற்றும் அவயங்களுக்கு சட்டகம் தருவதும் பல்வேறு புரதங்கள்தாம். சைட்டோஸ்கேலிடன் எனும் செல் சட்டகம் உறுதிகொண்ட வடிவம் பெறுவது ஆக்டின் புரதங்களைக் கொண்டு உருவாகும். கூரை வேயும்போது இடையே கட்டைகள் கொண்டு சட்டகம் செய்வதுபோல ஆக்ட்டின் இழைகள் மேலே செல் மெம்பரேன் படர்ந்து செல் சுவர் உறுதிப்படும்.

அதுபோல கொல்லாஜன் (Collagen) எனும் புரதம் தசைகளுக்கு உறுதி தருகிறது. ஸ்பிரிங்போல சுருங்கி விரியும் தன்மை கொண்ட மயோசின்போன்ற புரதங்கள் செல்களுக்குள்ளே இடப்பெயர்ச்சி

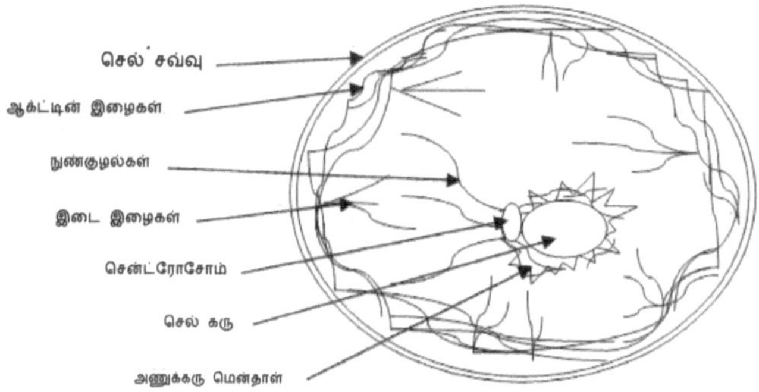

ஆக்ட்டின் இழைகள் போன்ற புரதங்கள் தாம் செல்களின் சுவர் உறுதி தன்மை அடைகிறது.

இயக்கத்துக்கு உதவுகிறது. உடலின் இயக்கத்தில் பொருட் போக்குவரத்து மிக முக்கியம். நுரையீரலில் நுழையும் ஆக்சிஜனை உடலின் பல பகுதிகளுக்கும் எடுத்துச் செல்ல வேண்டும். உடலின் எல்லா பகுதிகளுக்கும் உயிர்வாழ முக்கியமான ஆக்சிஜனை ஏந்தி சென்று தருவது ஹீமோகுளோபின் எனும் புரதம்தான், அதுபோல சீரம் அல்புமின் எனும் புரதம்தான் கொழுப்பு அமிலங்களை இடமாற்றம் செய்கிறது.

குறிப்பிட்ட இயக்கம் துவங்க வேண்டும். அதேபோலத் துவங்கிய நிகழ்வு நிறைவடைய வேண்டும். செல்களுக்குள் நடைபெறும் உயிரி வேதிவினைகளைத் துவக்கு, நிறுத்து என்ற ஆணைகளை சமிக்ஞை செய்வதும் புரதங்கள்தாம். STAT வகை சார்ந்த புரதங்கள் சைட்டோபிளாமாவில் இருக்கும். புறக்காரணி தூண்டும்போது இவை விழித்துக்கொண்டு குறிப்பிட்ட ஜீன்களை படியாக்கம் செய்யத் தூண்டி அந்த ஜீனின் ஆர்.என்.ஏ. உற்பத்தி ஆவதை முடுக்கி விடுகிறது. அதாவது மின்விளக்கின் ஸ்விட்ச் இயக்கிபோல இந்தப் புரதம் செயல்படுகிறது. பலசெல் உயிரிகளில் சேர்ந்திசை சிம்பொனிபோல ஒரு செல்லின் இயக்கம் அடுத்த செல்களின் இயக்கத்தோடு இணைந்து இயங்க உதவுவது ஹார்மோன் மற்றும் சைடோகின்கள். இவையும் புரதங்கள்தாம். ரத்தத்தில் உள்ள குளுகோஸ் அளவைக் கட்டுப்படுத்துவது இன்சுலின் எனும் ஹார்மோன் புரதம். செல் பிரிதல் (division), செல் வேறுபடல் (differentiation) நிகழ்வுகளைக் கட்டுப்படுத்தும் இன்டெர்லுகின்ஸ் (interleukins) கள் சைடோகின்ஸ் வகை புரதங்கள்தாம். ரத்தக் கசிவு ஏற்படும்போதும் அது உறைய உதவுவதும் வைரஸ்போன்ற நுண்ணுயிரிகளை எதிர்க்கும் ஆன்டிபாடிகளும் புரதங்கள்தாம்.

மாவுச்சத்தைச் செரிமானம் செய்ய உதவும் அமிலேசு நொதிநீர் அமைலோஸ், செரிமானத்துக்கு உதவும் பெச்சின் போன்றவையும் புரதங்கள்தாம். கல்லீரலில் இரும்புத் தாதுப்பொருளை சேமித்து வைக்க உதவுவது ஃபொரைடின் (ferritin); முட்டைக்குள் கரு வளர உதவும் முட்டை வெள்ளைக்கரு, கோதுமைவிதை உயிர்ப்புடன் இருக்க அமினோ அமிலங்களைச் சேமித்து வைத்து உதவும் கிளியடின் (gliadin) முதலியவும் புரதங்கள்தாம்.

ஒரு நாள் சாம்பார் என்றால், வேறொரு நாள் சிக்கன் குழம்பு; ஒருநாள் இட்லி என்றால், வேறொரு நாள் மசாலா ஆம்லேட் என விதவிதமாக வாய்க்கு ருசியாக உணவு தேவைப்படுவதுபோல ஒவ்வொரு உயிரிக்கும் வெவ்வேறு வளர்ச்சி நிலைகளில் விதம்விதமான புரதங்கள் தேவைப்படும்.

வணிக வளாகங்களில் உள்ள உணவு வளாகத்தில் சைனீஸ், இத்தாலியன், மெக்சிகன், வடஇந்திய, மொகலாய, சைவ, அசைவ, தென்னிந்திய உணவு என வகைவகையாக உணவு கிடைக்கும். அதே சமயம் சிறிய ஓட்டலுக்குச் சென்றால் வடை, இட்லி, தோசையென சில உணவுப் பொருள்கள் மட்டுமே இருக்கும். வீதி உணவுக் கடையில் ஒன்று அல்லது இரண்டு வகை உணவுகள் தான் இருக்கும். அதுபோல விலங்குகள், நுண்ணுயிரிகள் போன்ற வகைவகையான உயிரிகளில் வெவ்வேறு வகை வகையாகப் புரதங்கள் தயாரிக்கப்படும். யானை தயாரிக்கும் அதே எண்ணிக்கையில் வகைவகையான புரதங்களைத் தக்காளிச்செடி தயாரிக்காது. ஒரு செல் பாக்டீரியா தயாரிக்கும் புரத வகை எண்ணிக்கை மனிதன் தயாரிக்கும் எண்ணிக்கையிலிருந்து வேறுபடும். ஒவ்வொரு உயிரியும் தயாரிக்க முடியக்கூடிய புரத வகைகளின் தொகை அதன் மரபணுவில் உள்ள ஜீன்களின் எண்ணிக்கையைப் பொருத்து அமையும்.

மனித மரபணுவில் வெறும் 2,2000 ஜீன்கள் மட்டுமே உள்ளன. எனினும் இவை 2,00,000 வகை அமினோ அமிலத் தொடர்களாக உருவாக முடியும். அமினோ அமிலத் தொடர்கள் மேலும் மாற்றம் அடைந்து சுமார் 10,00,000 வகை புரதங்கள் மனித உடலில் உருவாகின்றன என மதிப்பீடு செய்கிறார்கள். இது குறித்து மேலதிக தகவல் பின்னர்.

ஒரே ஒரு செல் பாக்டீரியாவான சாக்கரோமைசஸ் செரிவிசியா (Saccharomyces Cerevisiae) எனும் ஈஸ்ட் வகை நுண்ணுயிரியின் மரபணு வரிசை 1996இல் வரிசைப் படுத்தப்பட்டது. இந்த நுண்ணுயிரிக்கு மொத்தம் 16 குரோமோசோம்கள் உள்ளன. இவற்றில்

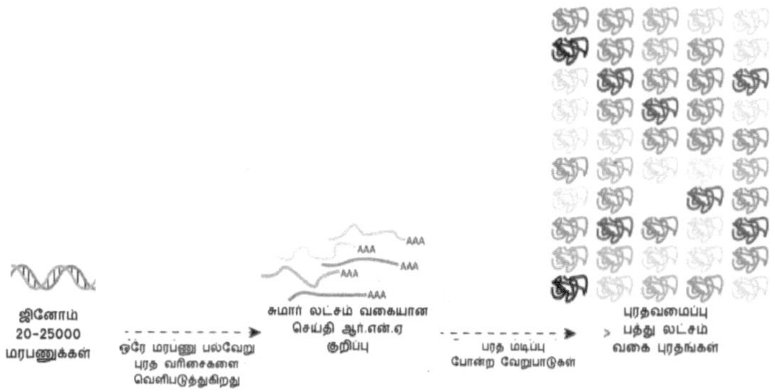

ஒரு ஜீன் ஒரு புரதத்தைத் தான் தயாரிக்கும் என முன்னர் கருதி இருந்தது பிழை. ஒரு ஜீனிலிருந்து பல்வேறு வகை செய்தி ஆர்.என்.ஏ தயார் ஆக முடியும். இந்த ஆர். என்.ஏ தயாரிக்கும் பாலிபெப்டைட் அமில மாலை பல்வேறு வகையில் மடிந்து உருவம் பெறும்போது சற்றே வேறுபாடு கொண்ட பல்வேறு புரதங்களாக மாறும்.

மொத்தம் 1.2 கோடி ஜோடி (அதாவது மொத்தம் 2.4 கோடி) நியூக்ளியோடைடுகள் - A,T,G,C மரபணு எழுத்துக்கள் -உள்ளன. இந்த மரபணுத் தொகுதியில் சுமார் 5,858 மரபணுக்கள் உள்ளன. ஒவ்வொரு மரபணுவும் ஒன்றுக்கு மேற்பட்ட புரதங்களைத் தயார்செய்ய செய்முறை தகவல்களைக் கொண்டிருக்கும். அதாவது இந்த நுண்ணுயிரி உயிர் வாழ 6,000க்கும் மேற்பட்ட புரதங்களைப் பயன்படுத்துகிறது.

நம்மை இன்று பாடாய்ப்படுத்திக் கொண்டிருக்கும் நாவல் கொரானா வைரஸின் மரபணுவில் இருபத்து ஒன்பது புரதங்களைத் தயார் செய்ய ஜீன்கள் உள்ளன. அவற்றின் உடலில் வெறும் நான்கே நான்கு புரதங்கள்தான் உள்ளன. மீதம் உள்ள இருபத்து ஐந்தும் அவை நமது செல்களுக்குள் நுழைந்து, நமது செல்லின் கண்களில் மண்ணைத் தூவி செல்களில் உள்ள பொருள்களை வைத்தே அதன் உறுப்புப் பகுதிகளைத் தயாரிக்க, அதன் மரபணுவைப் படி எடுக்க, புதிய வைரஸ் குட்டிகளை உருவாக்கத் தேவைப்படும் துணைப் புரதங்கள் ஆகும். இவை இறுதியாக உருவாகும் வைரஸின் கட்டமைப்பில் இல்லை என்றாலும், செல்களின் உள்ளே வைரஸின் பல்வேறு பணிகளுக்குத் தேவைப்படும் புரதங்கள் ஆகும்.

ஒவ்வொரு உயிரியின் ஜினோமில் உள்ள தகவல் கொண்டு அந்த உயிரி தயார் செய்யும் புரதங்கள் குறித்த ஆய்வை 'புரோடியோமிக்ஸ்' என்பார்கள். ஜினோம் குறித்த ஆய்வு ஜினோமிக்ஸ்; புரதம் குறித்த ஆய்வு புரோடியோமிக்ஸ் (proteomics).

13

புரத சமையல்

டி.என்.ஏ. மரபணுத் தொடரில் உள்ள ஜீன்களை படித்துப் படி எடுத்தல் எளிமையான செயல் அல்ல. டி.என்.ஏ.வில் உள்ள தகவலைக் கொண்டு குறிப்பிட்ட புரதத்தை உருவாக்குவதில் இரண்டு கட்டங்கள் உள்ளன.

தேர்வுக்குப் படிக்கும்போது பாட நூல்கள் மற்றும் படிக்கும் பார்வை நூல்களிலிருந்து குறிப்பு தயார் செய்துகொள்கிறோம் அல்லவா; அதுபோலத்தான் பொதுவே டி.என்.ஏ. என்ற வடிவில் உள்ள ஜினோம் தொடரிலிருந்து எந்தப் புரதம் வேண்டுமோ, அதற்கான ஜீன் - மரபணுப் பகுதி மட்டும் ஆர்.என்.ஏ. என்ற வடிவில் பிரதி செய்துகொள்ளப்படும். முதல் கட்டத்தில் டி.என்.ஏ. வின் குறிப்பிட்ட பகுதிகளைப் பார்த்துப் படியெடுத்து ஆர்.என்.ஏ உருவாகும். இதனை ஆர்.என்.ஏ. படியெடுத்தல் *(RNA transcription)* என்பார்கள்.

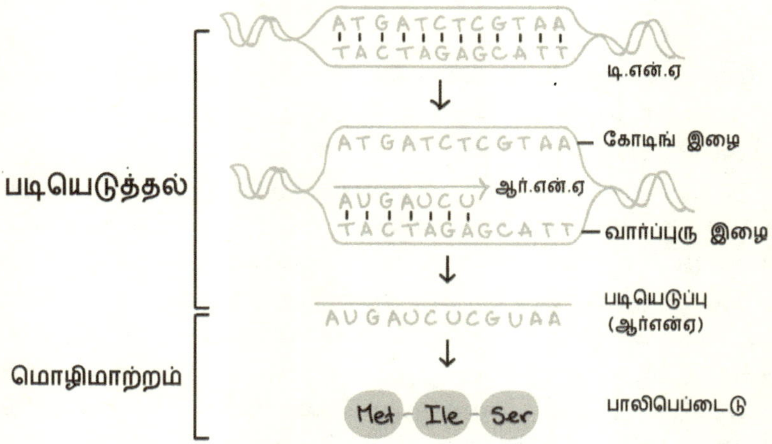

டிஎன்ஏ வின் ஜோடி இழைகளில் ஒன்று கோடிங் இழையாகவும் ஆகவும் மற்றொன்று வார்ப்புரு இழையாகவும் மாறும். வார்ப்புருவை வைத்துப் படியாக்கம் நடந்து ஆர்என்ஏ உருவாகும். ஆர்என்ஏ வில் உள்ள கோடான் குறி மொழிமாற்று செய்து அமினோ அமிலம் கோர்க்கப்பட்டு பாலிபெப்டைடு சங்கிலி உருவாகும்.

பல வகையான நொதிகள் செயல்பட்டு டி.என்.ஏ. வின் குறிப்பிட்ட ஜீன் பகுதி செய்தி ஆர்.என்.ஏ(*mRNA*). வாக மாற்றப்படும். இரட்டை சுழல் வடிவில் ஏணிப்படி போல இரண்டு தண்டுகள் கொண்டு டி.என்.ஏ. இருக்கும், ஆனால் அவிழ்ந்த ஜிப்பின் இழைவரிப் பிரிவுபோல ஒரே ஒரு வரி கொண்டதாக ஆர்.என்.ஏ இருக்கும். மேலும் நான்கு எழுத்துக்களில் தைமீனுக்குப் பதிலாக யுரஸில் எனும் வேதிப் பொருள் இருக்கும். மீதமுள்ளவை அதே எழுத்துக்களாக இருக்கும்.

செய்தி ஆர்.என்.ஏ. (*mRNA*)வை படித்துத்தான் செல் புரதங்களை உருவாக்கும். செல் புரதங்களைத் தயார் செய்வது தான் இரண்டாம் கட்டம். செல்களுக்குள் இருக்கும் ரைபோசொம் எனும் செல் உறுப்புதான் புரதங்களை தயார் செய்யும். எனவே தான் ரைபோசொமை புரதத் தொழிற்சாலை என்று கூறுவார்கள்.

டி.என்.ஏ.விலிருந்து உருவாகி செல் சைடோபிளாசம் பகுதிக்கு வரும் செய்தி ஆர்.என்.ஏ (*mRNA*)வை ரைபோசோம் கவர்ந்து இழுக்கும். செய்தி ஆர்.என்.ஏ. (*mRNA*) தொடர் வரிசையில் மூன்று மூன்று எழுத்துக்களாக ரைபோசொம் ஏற்று ஆர்.என்.ஏ. எனும் *tRNA (transfer RNA)* வின் ஒருபகுதியைக் கொண்டு வாசித்து அதற்கு இணையான அமினோ அமிலங்களை இனம் காணும். ஏற்று ஆர்.என்.ஏ. எனும் *tRNA (transfer RNA)* மற்றொரு பகுதியைக் கொண்டு சரியான அமினோ அமிலங்களை எடுத்து வளரும் பாலிபெப்டைடுக்கு (*Polypeptide*) தரும். செய்தி ஆர்.என்.ஏ. (*mRNA*) வரிசையில் குறிப் படுத்தப்பட்டுள்ள அதே வரிசையில் கதம்ப மாலை கோர்ப்பதுபோல ரைபோசொமும் ஏற்று ஆர்.என்.ஏ. எனும் *tRNA*வும் சேர்ந்து அமினோ அமிலங்களை கோர்த்து புரதங்களைத் தயார் செய்யும். இவ்வாறுதான் செல்களில் புரதங்கள் தயார் ஆகின்றன.

சாம்பார் சாதம் செய்ய, முதலில் சாம்பாரைத் தனியாகவும் சாதத்தை தனியாகவும் செய்து அதன் பின்னர் கலப்பதுபோல சில ஜீன்கள் புரதத்தின் ஒரு பகுதிக்கான செய்முறை குறிமுறையாக செயல்படும். வேறு ஜீன், வேறு பகுதிக்குக் குறிமுறையாக அமையும். மனித குரோமோசோம் 16இல் உள்ள *HBA1* மற்றும் *HBA2* மரபணுக்கள் முறையே *Hb-α1* மற்றும் *Hb-α2* ஆகிய இரண்டு அமினோ அமில மாலைகளை தயார் செய்கிறது. மேலும் மனித குரோமோசோம் 11இல் உள்ள *HBB* எனும் ஜீன் *Hb-β* என்கிற அமினோ அமில மாலையை தயார் செய்கிறது. தயிரை உறையூற்றி சோற்றை வடித்து இரண்டையும் கலந்து தாளிப்பு

செய்து தயிர் சாதம் தயாரிப்பதுபோல இந்த மூன்று அமினோ அமில மாலைகளை பிணைக்கும்போது தான் மனித ஹீமோகுளோபின் எனும் புரதம் தயார் ஆகிறது. இவ்வாறு பல சமயம் ஒன்றுக்கு மேற்பட்ட ஜீன்கள் தரும் ஆணை நிரல்களின் அடிப்படையில் புரதத்தின் கூறுகள் உருவாக்கி இணையும்போது முழு புரதம் கிடைக்கும்

இட்லி, சட்னி பகல் உணவு தயாரிக்க வேண்டும் என்றால் இட்லி அதன் சைட் டிஷ் சட்னி என இரண்டு சமையல் குறிப்புத் தேவை. அதுபோல சில ஜீன் என்ஸைம் எனும் நொதி வகை புரதங்களையும், சில வேறு வகை புரதங்களையும் தயார் செய்யும். இவை இணைந்து செயல்படும்போது இறுதி நிலை புரதம் கிடைக்கும்.

சுட்ட கத்திரிக்காய் துவையல் செய்ய முதலில் கத்தரிக்காய் மீது லேசாக எண்ணெயைத் தடவி தோலோடு அடுப்பில் வைத்துச் சுட வேண்டும். அதன் பின்னர்தான் துவையல் செய்ய முடியும். அதேபோல பல சமயம் ரைபோசொம் தயரிக்கும் அமினோ அமில மாலையைக் கூடுதல் பக்குவம் செய்துதான் புரதம் தயாராகும்.

மனித இன்சுலின் ஜீன் *110* அமினோ அமிலங்கள் அடங்கிய பாலிபெப்டைடு அமினோ அமில மாலையை தயார் செய்யும். இது ப்ரிப்ரோஇன்சுலின் எனப்படும். முதலில் இதில் 24 அமினோ அமிலங்களைக் கொண்ட சிக்னல் பெப்ரைட்டு புரதச் சங்கிலி வெட்டி நீக்கப்பட்டு மீதமுள்ள *86* அமினோ அமிலங்கள் ப்ரோஇன்சுலின் ஆக உருவாகும். இதற்குள் இந்த ப்ரோஇன்சுலின்

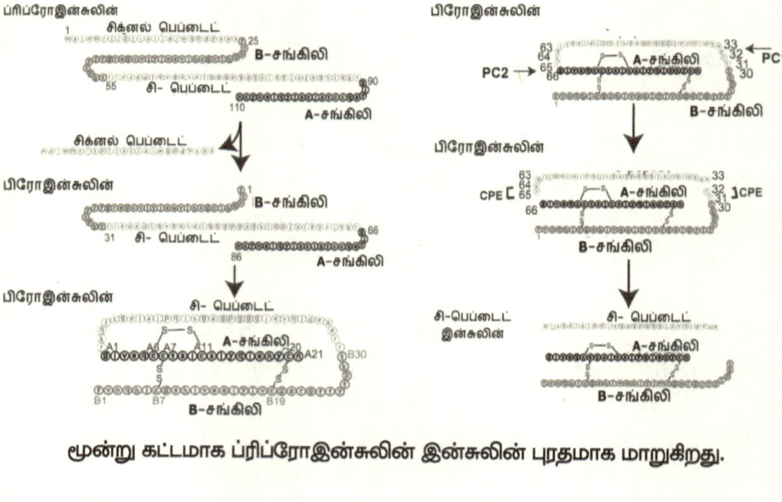

மூன்று கட்டமாக ப்ரிப்ரோஇன்சுலின் இன்சுலின் புரதமாக மாறுகிறது.

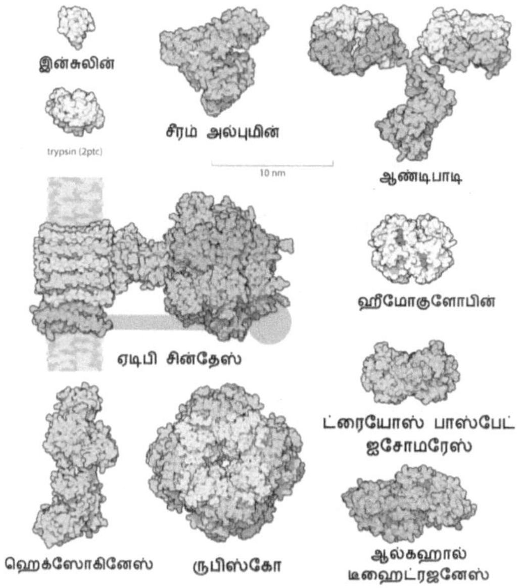

சில புரதங்களின் அளவுகள் மற்றும் வடிவம்.

புரத சங்கிலியில் மடிப்பு ஏற்பட்டு 21 அமினோ அமிலங்களை கொண்ட A சங்கிலியும் 30 அமினோ அமிலங்களை கொண்ட B சங்கிலியும் ஒன்றுக்கொன்று கிடை நிலையில் அமையும், இரண்டு சங்கிலிக்கும் இடையே பிணைப்பு ஏற்படும். குறிப்பாக நீர்நாட்டமுள்ள சிஸ்டீன் அமினோ அமிலம் ஒன்றை ஒன்று கவரும். இந்தக் கட்டத்தில் 35 அமினோ அமிலங்களைக் கொண்ட புரத சங்கிலி Cபெப்டைட் வெட்டப்படும். மீதமுள்ள A மற்றும் B சங்கிலிதான் இறுதியில் இன்சுலின் புரதமாக மாறும்.

தலைமுடி முதல் பல்வேறு உணர்வு நிலைகளில் சுரக்கும் ஹார்மோன் வரை எல்லாம் புரதங்களே. ஜீன்களின் மொழிமாற்று தான் பல்வேறு புரதங்கள். என்சைம் எனும் நொதிகள்தாம் உடலில் நடக்கும் பல்வேறு பல்வேறு வேதியியல் வினைகளுக்கு வினையூக்கி. இரட்டிப்பு படி எடுத்தல், மொழிமாற்று, புரதம் தயாரித்தல், டி.என்.ஏ. மற்றும் ஆர்.என்.ஏ உருவாகும்போது அதில் ஏற்படும் பிழைகளை நீக்கும் செயல், என அனைத்து வேதி நிகழ்வுகளையும் புரதங்களே நிகழ்த்துகின்றன. உடலின் பல்வேறு பகுதிகளில் பல்வேறு உடலுறுப்புக்களில் வெவ்வேறு ஜீன்களை முடுக்கி விடுவதும் புரதங்கள்தாம்.

14

புழுவுக்கும் மனிதனுக்கும் ஒரேயளவு மரபணுவா?

பெரிய மாளிகையைக் கட்ட ஆகும் செங்கல்கள் எண்ணிக்கையை விட சிறிய வீட்டுக்குக் குறைவான செங்கல் போதும் அல்லவா? ஆனால் கேனோராபுடிட்டிசு எலிகான்சு (Caenorhabditis elegans) என்ற ஒருவகை உருளைப்புழுவின் ஜினோம் மரபணு வரிசையை ஆராய்ந்து பார்த்த விஞ்ஞானிகள் பிரமித்து நின்றார்கள். அதே போல மனித ஜினோம் திட்டத்தின் அடிப்படையில் மனித ஜினோம் வரிசையைச் செய்து முடித்துபோது பெரும் திகைப்பில் ஆழ்ந்தார்கள். புழுவுக்கும் மனிதர்களுக்கும் சுமார் 20,000 ஜீன் எனும் மரபணுக்கள் என்பதே விஞ்ஞானிகளின் மலைப்புக்குக் காரணம். எளிய உயிரியான புழுவுக்கும் சிக்கல் நிறைந்த மனிதனுக்கும் சற்றேறக்குறைய ஒரே அளவு ஜின்கள்தான் என்பது பெரும் வியப்பு.

1941இல் ரிச்சர்ட் ஜே. ராபர்ட்ஸ் மற்றும் பிலிப் ஏ. ஷார்ப் எனும் இரு ஆய்வாளர்கள் ஒரு ஜீன், ஒரு புரதம் எனும் ஆய்வுக் கட்டுரையை எழுதினார்கள். (ஜினோம் ஆய்வுக்காக 1993இல் இந்த இருவரும் நோபல் பரிசு பெற்றனர்). அந்தக் கொள்கையின்படி ஒரு மரபணு அல்லது ஜீன் ஒரு புரதத்தை தயார் செய்யும் சமையல் குறிப்பு. இதன் தொடர்ச்சியாக மனித உடல் சில லட்சம் புரதங்களை தயார் செய்கிறது. எனவே மனித ஜினோம் வரிசையில் இந்தப் புரதங்களைத் தயார் செய்யும் அளவுக்கு ஜீன் எனும் மரபணுக்கள் இருக்கவேண்டும் எனக் கருதினர். எனவே மனித ஜினோம் திட்டத்துக்கு முன்னர் 2001இல் சுமார் ஒரு லட்சம் மரபணுக்கள் மனித ஜினோமில் இருக்கும் என யூகம் செய்தனர்.

ஆனால் மனித ஜினோம் திட்ட ஆய்வு முடிவு வேறுவிதமாக இருந்தது. சுமார் 20,000லிருந்து 25,000 மரபணுக்கள் மட்டுமே மனித ஜினோமில் உள்ளன என மதிப்பீடு செய்துள்ளனர். சிக்கல் நிறைந்த மனித உடலிலும் புழுவை ஒத்த அளவு மரபணுக்கள் மட்டுமே உள்ளது அனைவரையும் வியப்பில் ஆழ்த்தியது. மேலும்

பல உயிரிகளின் ஜினோம் வரிசையைச் செய்து பார்த்தபோது புதிர் மேலும் ஆழமானது.

ட்ரைக்கொமோனியாஸிஸ் எனும் நோய் ஏற்படுத்தும் ட்ரைக்கொமோனாஸ் வஜைனாலிஸ் (Trichomonas vaginalis) என்னும் ஒரு செல் ஒட்டுண்ணி ஜினோம் வரிசையில் சுமார் 60,000 மரபணுக்கள் உள்ளன. டிரோசோஃபைலா மெலனோகாஸ்ட்டர் எனும் பூச்சியில் 13,000 மரபணுக்கள் உள்ளன. கடுகு குடும்பத்தினைச் சார்ந்த தாவரமான குதிரைப்புல் (Arabidopsis thaliana) தாவரத்தில் 12.5 கோடி நியூக்ளியோடைடு எழுத்துக்கள் உள்ளன. அதற்கு 25,500 மரபணுக்கள். நாம் உண்ணும் நெல் தாவரத்துக்கு நெல் செடி ஜினோமில் 43 கோடி நியூக்ளியோடைடு ஜோடிகள், ஆனால் 51,000 மரபணுக்கள். ஏன், குப்பைக் கூளத்தில் பொறுக்கி உண்ணும் கோழி ஜினோமில் நூறு கோடி நியூக்ளியோடைடு ஜோடிகள் ஆனால் அதன் மரபணு வெறும் 20,000லிருந்து 23,000 வரைதான். முந்நூறு கோடி நியூக்ளியோடைடு ஜோடிகள் கொண்ட மனித ஜினோமில் வெறும் இருபதாயிரம் மரபணு மட்டுமே என்பது பெரும் புதிர். சில சமாதானங்கள் கூறப்பட்டாலும் பரிணாமப் படிநிலை வளர்ச்சியில் ஜினோம் வரிசையில் உள்ள நியூக்ளியோடைடு தொகை அல்லது அந்த உயிரியின் ஜினோமில் உள்ள மரபணு எதிலும் ஒழுங்கு ஏதும் நமக்குப் புலப்படவில்லை. இந்தப் புதிருக்கு விடை தேடிக்கொண்டிருக்கிறார்கள் விஞ்ஞானிகள்.

எனினும் எப்படி வெறும் இருபதாயிரம் மரபணு வைத்துச் சில லட்சம் புரதங்களை மனித செல்கள் தயார் செய்கின்றன எனப் புதிருக்கு விடை கண்டுபிடித்துள்ளனர்.

ஆசிரியர் பாடம் நடத்தும்போது ரப் நோட்டுப் புத்தகத்தில் குறிப்பு எடுத்துக்கொள்ளுவோம். வீட்டுக்குச் சென்ற பின்னர் கோர்வையாகப் பாடக் குறிப்புக்களை அந்தந்தப் பாட நோட்டுப் புத்தகத்தில் நேர்த்தியாக எழுதுவோம். ரப் நோட்டுப் புத்தகத்தில் இடையிடையே நம்மையறியாமல் அர்த்தமின்றி வரையப்பட்ட கிறுக்கல்கள் அங்கும் இங்கும் இருக்கும். அதுபோலதான் (டி.என்.ஏ.விலும் ஒவ்வொரு புரத மரபணுவும் சீராக, தொடர்ச்சியாக இருக்காது.

மரபணு ஜினோம் வரிசையின் இடையிடையே உள்ள கிறுக்கல்களை 'இன்ட்ரான்' (intron) என்கிறார்கள். இன்ட்ரான் பகுதியை 'வெளியன்' எனவும் கூறுவார்கள். இந்தப் பகுதி ஜினோம் நமக்குத் தெரிந்து புரதங்களை உற்பத்தி செய்வதில்

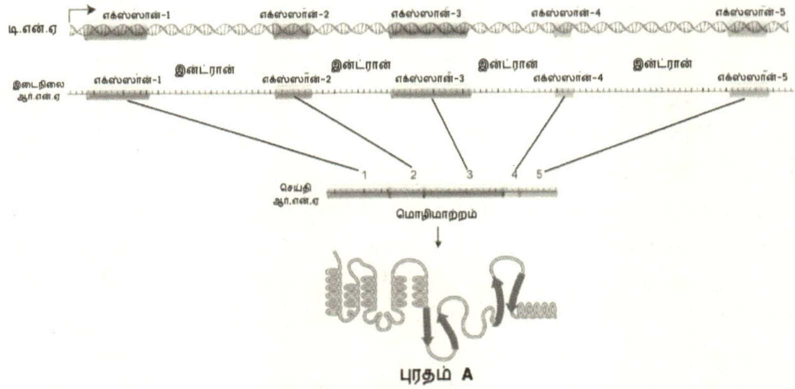

புரத தயாரிப்பில் ஈடுபட டி.என்.ஏ மொழிமாற்றம் அடைந்து இடைநிலை ஆர்.என்.ஏ வாக மாறும். பின்னர் அதில் உள்ள இன்ட்ரான் பகுதிகளை வெட்டி நீக்கிச் சுத்தம் செய்து முதிர்ந்த செய்தி ஆர்.என். ஏ உருவாகும்.

பங்கில்லை. இதை மரபணு குறிமுறையற்ற பகுதி என்றும் கூறுவார்கள். ஜினோமில் எக்ஸ்ஸான் (exon) என்கிற பகுதிதான் மரபணுப் பகுதி. இதை உள்ளன் எனக் கூறுவார்கள். இலைகளில் படரும் பூஞ்சனை திட்டுத்திட்டாக அமைவதுபோல ஜினோம் வரிசையில் மரபணுப் பகுதி தொகுப்பு தொகுப்பாகவும் இடையே கிறுக்கல்போன்ற பகுதியும் இருக்கும். [இதுபோன்று இன்ட்ரான்-எக்ஸ்ஸான் பகுதிகள் கொண்ட ஜினோம் முழு உட்கருவன் உயிரிகளில் (eukaryotes) மட்டுமே இதுவரை நாம் இனம் கண்டுள்ளோம். இதுவரை எந்த ஒரு நிலைக்கருவிகளில் (prokaryotes) இதுபோன்ற அமைப்பைக் காணவில்லை. இது ஏன் என்பது இன்னமும் விடுபடாத புதிர்].

எப்படி ரப் நோட்டில் உள்ள குறிப்புகளை, கிறுக்கல்கள் முதலியவை நீக்கி நேர்த்தியாகக் கோர்வையாக அந்தந்தப் பாட நோட்டுப் புத்தகத்தில் எழுதுகிறோமோ அதுபோல ஜினோம் வரிசையைத் துப்புரவு செய்து கிறுக்கல் 'இன்ட்ரான்' பகுதிகளை வெட்டி நீக்கி, எக்ஸ்ஸான் மரபணுப் பகுதிகளைச் சேர்த்து கோர்வை செய்து அதன் பின்னர் தான் ஆர்.என்.ஏ உருவாகும். டி.என்.ஏ. வரிசையில் முறையாக எக்ஸ்ஸான் பகுதிகள் மட்டும் சேர்க்கப்பட்டு ஒழுங்கு செய்யப்படும். இந்த ஒழுங்குபடுத்தப்பட்ட வரிசை தான் செய்தி ஆர்.என்.ஏ (mRNA) வரிசையாக இருக்கும். அந்த ஆர்.என்.ஏ வை வைத்துத் தான் செல்கள் புரதங்களைத் தயார் செய்யும்.

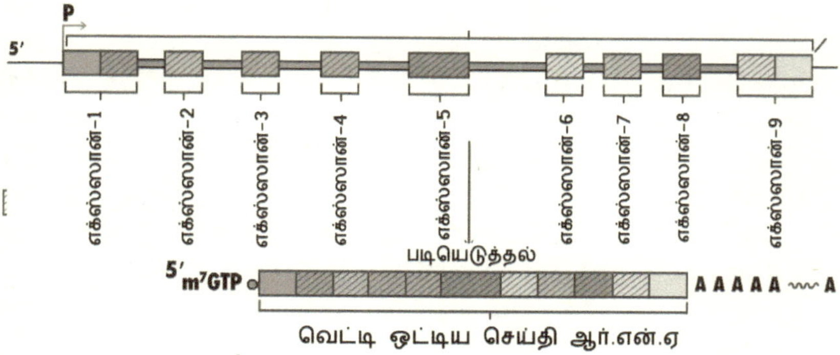

மக்காச்சோள ஜினோம் வரிசையில் டிறோசு பாஸ்பேட் ஐசோமரேஸ் (triose phosphate isomerase-TPI) எனும் மரபணுவில் ஒன்பது எக்ஸ்ஸான் தொகுதியும், இடையே எட்டு இன்ட்ரான் கிறுக்கல் பகுதியும் உள்ளது. புரதம் தயாரிக்கும்போது, மேலே உள்ள படத்தில் காட்டியது போல, புரதமாக்கா இன்ட்ரான் மரபணுக் கூறுகளை நீக்கி ஒன்பது எக்ஸ்ஸான் தொகுதிகள் மட்டும் பிணைந்துவிடும்.

```
   1 agccctccag gacaggctgc atcagaagag gccatcaagc aggtctgttc caagggcctt
  61 tgcgtcaggt gggctcagga ttccagggtg gctggacccc aggccccagc tctgcagcag
 121 ggaggacgtg gctgggctcg tgaagcatgt gggggtgagc ccaggggccc caaggcaggg
 181 cacctggcct tcagcctgcc tcagccctgc ctgtctccca gatcactgtc cttctgccat
 241 ggccctgtgg atgcgcctcc tgcccctgct ggcgctgctg gccctctggg gacctgaccc
 301 agccgcagcc tttgtgaacc aacacctgtg cggctcacac ctggtggaag ctctctacct
 361 agtgtgcggg gaacgaggct tcttctacac acccaagacc cgccgggagg cagaggacct
 421 gcagggtgag ccaactgccc attgctgccc ctggccgccc ccagccaccc cctgctcctg
 481 gcgctcccac ccagcatggg cagaaggggg caggaggctg ccacccagca gggggtcagg
 541 tgcacttttt taaaaagaag ttctcttggt cacgtcctaa aagtgaccag ctccctgtgg
 601 cccagtcaga atctcagcct gaggacggtg ttggcttcgg cagccccgag atacatcaga
 661 gggtgggcac gctcctccct ccactcgccc ctcaaacaaa tgccccgcag cccatttctc
 721 caccctcatt tgatgaccgc agattcaagt gttttgttaa gtaaagtcct gggtgacctg
 781 gggtcacagg gtgccccacg ctgcctgcct ctgggcgaac accccatcac gcccggagga
 841 gggcgtggct gcctgcctga gtgggccaga cccctgtcgc caggcctcac ggcagctcca
 901 tagtcaggag atggggaaga tgctggggac aggccctggg gagaagtact gggatcacct
 961 gttcaggctc ccactgtgac gctgccccgg ggcgggggaa ggaggtggga catgtgggcg
1021 ttggggcctg taggtccaca cccagtgtgg gtgaccctcc ctctaacctg ggtccagccc
1081 ggctggagat gggtgggagt gcgacctagg gctggcgggc aggcgggcac tgtgtctccc
1141 tgactgtgtc ctcctgtgtc cctctgcctc gccgctgttc cggaacctgc tctgcgcggc
1201 acgtcctggc agtggggcag gtggagctgg gcgggggccc tggtgcaggc agcctgcagc
1261 ccttggccct ggaggggtcc ctgcagaagc gtggcattgt ggaacaatgc tgtaccagca
1321 tctgctccct ctaccagctg gagaactact gcaactagac gcagcccgca ggcagcccca
1381 cacccgccgc ctcctgcacc gagagagatg gaataaagcc cttgaaccag c
```

ப்ரிப்ரோஇன்சுலின் மரபணுவில் உள்ள 'இன்ட்ரான்' (intron) மற்றும் எக்ஸ்ஸான் (exon) பகுதிகள். நிறம் தீட்டப்பட்ட இரண்டு பகுதி மட்டும் தான் எக்ஸ்ஸான். அதற்க்கு முன்னும் இடையிலும் பின்னும் உள்ள மூன்று பகுதிகள் கிறுக்கல் இன்ட்ரான்

ப்ரிப்ரோஇன்சுலின் வெறும் 110 அமினோ அமிலங்களைத்தான் கொண்டுள்ளது; அதற்கு வெறும் 333 ஜினோம் எழுத்துக்கள்தான் தேவை. நிறுத்துக்குறியனோடு 336 போதும். ஆனால், 1431 எழுத்துக்களை மரபணு உள்ளது. இந்தப் புதிருக்கு இதிலிருந்து எளிதாக விளக்கம் பெறலாம். உள்ளபடியே இந்த மரபணுவில் இரண்டு எக்ஸ்ஸான்களும் மூன்று இன்ட்ரான் பகுதிகளும் உள்ளன. இந்த மரபணுப் புரத மாலை தயாரிக்க ஆர்.என்.ஏ.வை உருவாக்கும்போது இன்ட்ரான் பகுதிகளை வெட்டிக் களைந்து விட்டுத்தான் உருவாக்கும். எக்ஸ்ஸான் பகுதி மட்டும் கொண்ட அந்த ஆர்.என்.ஏவில் வெறும் 333 ஜினோம் எழுத்துக்கள்தான் இருக்கும்.

இன்ட்ரான் - எக்ஸ்ஸான் பகுதிகள் இருப்பதால் ஒரே ஜீனிலிருந்து பல புரதங்களைத் தயார் செய்துவிட முடியும். நடுநடுவே கிறுக்கல் இன்ட்ரான் உடன் தோசை, தேங்காய் சட்டினி பூரி மசால் என நான்கு எக்ஸ்ஸான் தொகுதிகள் இருக்கின்றன எனக் கொள்வோம். இடையே உள்ள இன்ட்ரான்களை நீக்கி அனைத்து எக்ஸ்ஸான்களையும் தயார் செய்தால் தோசை-சட்டினி + பூரி-மசால் என்ற காலைச் சிற்றுண்டி கிடைக்கும். இன்ட்ரான்களோடு பூரி சட்டினி என்ற இரண்டு எக்ஸ்ஸான்களையும் நீக்கித் தயார் செய்தால் தோசை மசால் பார்சல்; அதே போலப் பூரி சட்டினி பார்சல் கூடத் தயாரிக்க முடியும். அதாவது இந்த ஒரு தொடரை வைத்து மட்டுமே விதவிதமான கம்போ உணவு கிடைக்கும். இவ்வாறு முதல் எக்ஸ்ஸானிலிருந்து கடைசி எக்ஸ்ஸான் வரை இணைத்து ஒரு ஆர்.என்.ஏ. இடையே சில எக்ஸ்ஸான்களை விட்டு விட்டால் வேறு ஒரு ஆர்.என்.ஏ என பல்வேறு கூட்டுகளில் குறிப்பிட்ட ஜீனின் எக்ஸ்ஸான்களை கலம்பகம் செய்து பல்வேறு ஆர்.என்.ஏ தொடர்களை உருவாக்கலாம். இதனை 'மாற்று மூலக்கூறு ஒட்டுதல்' (alternative splicing) என்பார்கள்.

மாற்று மூலக்கூறு ஒட்டுதல்மூலம் பல்வேறு விதவிதமான தன்மை கொண்ட புரதங்கள் உருவாகின்றன. மனித குரோமோசோம்-2இல் உள்ள *hERBB4* எனும் மரபணு ஜினோம் தொடரில் 27 எக்ஸ்ஸான்கள் உள்ளன. 'மாற்று மூலக்கூறு ஒட்டுதல்' மூலம் இது *JM-a/CYT-2* மற்றும் *JM-b/CYT-2* என இரண்டு வகை புரதங்களைத் தயார் செய்யும். இந்த இரு புரதங்களின் தன்மை எதிரும் புதிருமானது. செல்களில் ஆற்றல் அளவு குறைந்து பட்டினி

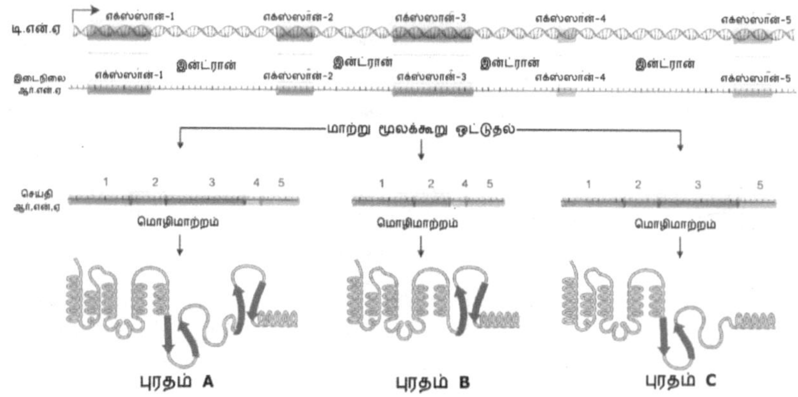

'மாற்று மூலக்கூறு ஒட்டுதல்' (alternative splicing): குறிப்பிட்ட மரபணுவின் எக்ஸ்ஸான்களை பல்வேறு வகையில் கூட்டு கலம்பகம் செய்து பல ஆர்.என். ஏக்களையும், அதன் தொடர்ச்சியாக பல்வேறு புரதங்களையும் பெறலாம்.

நிலையில் *JM-b/CYT-2* புரதம் அந்தச் செல்லைத் தற்கொலை செய்யத் தூண்டுகிறது. மாறாக *JM-a/CYT-2* வகை புரதம் உருவான செல்கள் பட்டினியை தாக்குப்பிடித்து உயிர் வாழத் தூண்டப்படுகிறது.

இளம் வயதிலேயே புகழ் ஈட்டிய பாரதி மீது பொறாமை கொண்ட காந்திமதிநாதப் பிள்ளை என்ற ஒரு புலவர் பலரும் கூடியிருந்த சபையில் 'பாரதி சின்னப் பயல்' என்ற ஈற்றடியைக் கொடுத்து வெண்பா ஒன்றைப் பாடும்படி சவால் செய்தாராம்.

ஒருநிமிடம் திகைத்த பாரதி சளைக்காமல்
'ஆண்டில் இளையவன் என்றந்தோ, அகந்தையினால்
ஈண்டிங்கு இகழ்ந்தென்னை ஏளனஞ்செய்-
மாண்பற்ற காரிருள்போல் உள்ளத்தான்
காந்திமதி நாதனைப் பாரதி (பார் அதி) சின்னப் பயல்'
என்று பதிலடி கொடுத்தாராம்.

"பாரதி சின்னப் பயல்" என்பதை "பார் அதி சின்னப் பயல்" என்று மாற்றிப் பொருளே மாறிவிடும்படி செய்துவிட்டார். இதே போல "புலி கொல் யானை" என்பதைப் புலியைக் கொன்ற யானை, புலியாற் கொல்லப்பட்ட யானை என்று இரண்டு வகையாக விரித்துப் பொருள் கொள்ள முடியும். அதுபோலேவே

1. ATG CAA TGG GGA AAT GTT ACC AGG TCC GAA CTT ATT GAG GTA AGA CAG ATT TAA
2. A TGC AAT GGG GAA ATG TTA CCA GGT CCG AAC TTA TTG AGG TAA GAC AGA TTT AA
3. AT GCA ATG GGG AAA TGT TAC CAG GTC CGA ACT TAT TGA GGT AAG ACA GAT TTA A

குறிப்பிட்ட ஜினோம் வரிசையை, அதே வரிசையில், ஒரு எழுது விட்டுவிட்டு, இரண்டு எழுத்துக்களை விட்டுவிட்டு என மூன்று வகையில் படிக்கலாம். இந்த மூன்று வாசிப்பு சட்டகத்தில் (reading frames) மூன்று வெவ்வேறு துவக்க புள்ளி, நிறுத்துக்குறி ஏற்படுத்திறது. இவை புரதத்தை தயார் செய்தால் மூன்று வெவ்வேறு அமினோ அமில மாலைகள் உருவாகும்.

"அறிவில்லாதவன்" என்ற சொல்லை "அறிவில்+ஆதவன்" அல்லது "அறிவு+இல்லாதவன்" என இருபொருளில் விளங்கிக் கொள்ளலாம். ஒரு சொற்றொடரை வேறு வேறு இடங்களில் பிரிக்கும்போது வேறு வேறு பொருள் தருவது சிலேடை. இதே போல ஒரே ஜீன் பல புரதங்களைத் தயார் செய்ய உதவ முடியும்.

ஒரே தோசை மாவை பயன்படுத்தி முறுகல் தோசை, கல் தோசை, ஊத்தப்பம் எனப் பல வடிவில் நாம் சமைப்பதுபோல ஒரே ஜீனின் பல்வேறு பகுதிகள் வெவ்வேறு புரதங்களைத் தயார் செய்ய முடியும். முழுமையாகப் படித்தால் ஒரு புரதம். முதல் எழுத்தை விட்டுவிட்டுhd படித்தால் வேறு புரதம். இடையில் சில எழுத்துக்களை விட்டுப் படித்தால் வேறு புரதம் எனப் பல ஒரே ஜீன் கொண்டு பல புரதங்கள் உருவாகும். இப்படியும் பல புரதங்களை ஒரே ஜின் தயார் செய்கிறது.

உதாரணமாக மனித மைட்டோகாண்டிரியாவில் உள்ள MT-ATP6 மற்றும் MT-ATP8 ஆகிய இந்த இரண்டு ஜீன்களை எடுத்துக்கொள்வோம். MT-ATP8 மரபணுவில் 68 அமினோ அமிலkd குறியன்கள், அதாவது மொத்தம் 204 எழுத்துகளும் நிறுத்தக்குறி எழுத்துக்கள் 3 சேர்த்து 207 எழுத்துக்கள் உள்ளன. MT-ATP6இல் 226 அமினோ அமிலங்கள் அதாவது நிறுத்தக்குறி மூன்று எழுத்துக்களுடன் சேர்த்து (678+3=) 681 எழுத்துக்கள். இந்த இரண்டுக்கும் இடையே 46 எழுத்துக்கள் பொது. MT-ATP8இன் ஐம்பத்து நான்கு மற்றும் ஐம்பத்து ஐந்தாவது அமினோ அமில குறியன்கள் AAA TGA. இதில் இரண்டு எழுத்துக்கள் தள்ளி AA ATG A என்று வாசித்து MT-ATP6 ஜீன் துவங்குகிறது. MT-ATP8 இன் ஜினோம் வரிசையில் அறுபத்து எட்டாவது மற்றும் நிறுத்துக்குறியாக அறுபத்து ஒன்பதாவது இடத்தில் TTC TAG வரும் இதை இரண்டு இடங்கள் தள்ளி TT CTA G என MT-ATP6 வாசித்து தொடரும்.

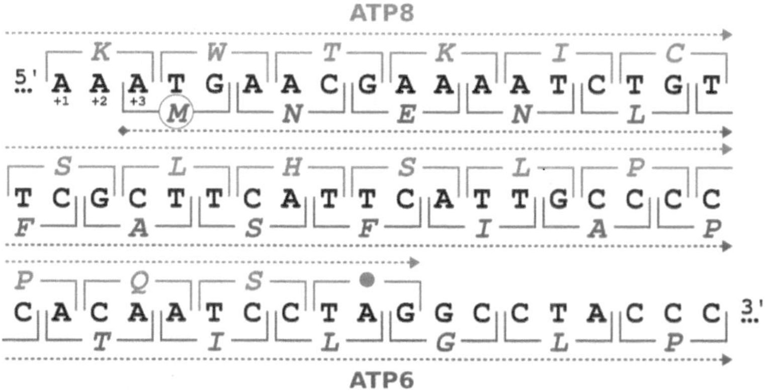

மனித ஜீன்கள் MT-ATP6 மற்றும் MT-ATP8 யின் ஜினோம் வரிசை ஒன்றுக்கு மேல் ஒன்று படர்ந்துள்ளது.

டிஎன்ஏ மற்றும் ஆர்என்ஏ வைரஸ்களில் ஒன்றுக்குமேல் ஒன்று படர்ந்துள்ள ஜீன்கள் (Overlapping of Genes) வழக்கமானது. மனிதன் உட்பட பல உயிரிகளில் ஒன்றுக்கு மேல் ஒன்று படிந்து உள்ள ஜீன்கள் உள்ளன.

ஓர் ஆய்வில் 19,200 மனித மரபணுக்களை ஆய்வு செய்தபோது இவற்றுள் சுமார் 4,951 மரபணுக்கள் ஒன்றுக்குமேல் ஒன்று படிந்த ஜீன்களாக உள்ளது வெளிப்பட்டுள்ளது. இரண்டு ஜீன் முதல் 22 மரபணுக்கள்வரை ஒன்றுக்குமேல் ஒன்று படிந்த ஜீன்களாக இருக்கிறது என இந்த ஆய்வு சுட்டுகிறது.

இப்படி பல சாகசங்கள் செய்துதான் ஒரு மரபணு ஜீன் பலவேறு புரதங்களை உருவாக்க கைகொடுக்கிறது. ஒரே ஒரு மரபணுவை வைத்துக்கொண்டு அதில் உள்ள எக்ஸ்ஸான்களிடையே மாற்று இணைப்புகள் செய்து வகைவகையான புரதங்களைப் பற்பல உயிரிகள் தயார் செய்கின்றன எனக் கண்டுபிடித்துள்ளனர். ஒரு ஜீன் சுமார் ஐந்து முதல் ஆறு புரதங்களைத் தயார் செய்ய ஆணைநிரல்களை கொண்டுள்ளது எனக் கருதுகின்றனர். டிரோசோபிலா எனும் பழஈயின் DSCAM மரபணு 38,016க்கும் மேற்பட்ட புரதங்களைத் தயாரிக்கும் திறன் கொண்டது.

ஒவ்வொரு மரபணுவிலும் உள்ள எக்ஸ்ஸான் தொகுதிகளிடையே மாற்றுப் பிணைப்பு நிகழ்வுகள் உதவியுடன் மனித ஜினோமில் இருக்கும் சுமார் 20,000 மரபணுக்கள் சுமார் பத்து லட்சம் வகை புரதங்களைத் தயார் செய்கின்றன என மதிப்பீடு செய்கின்றனர்.

15

செல் சமையலறையில்

தனக்கும் உடலின் வேறு பகுதிக்கும், உடலின் இயக்கத்துக்கும் தேவையான வகைவகையான புரதங்களைத் தயார் செய்யும் சமையலறைதான் செல் என்றால், ரைபோசொம் தான் சமையல் செய்யும் 'செப்' - தலைமை சமையல்காரர். அமினோ அமிலங்கள் தான் சமையலுக்கான மளிகை சாமான். டிரான்ஸ்பர் ஆர்.என்.ஏ. எனும் *tRNA* தான் சமையல் எடுபிடி. "நான்காம் டேபிளுக்கு ரெண்டு காபி; ஐந்தாம் டேபிளுக்கு முறுகலாக தோசை, வடை, எட்டம் டேபிளுக்கு பில்' என சர்வர் ஆர்டர் எடுப்பதுபோல வெளிப்படும் உணவுத் தயாரிப்புக் குறிப்புதான் *mRNA*.

அந்தக் குறிப்பிட்ட செல் தயார் செய்ய வேண்டிய புரதத்தை குறிக்கும் ஜீன் பகுதியை மட்டும் டி.என்.ஏ. மரபணு தொகுதியிலிருந்து *mRNA* வடிவில் பிரதி எடுத்து வெளியே தரும். *mRNA*வில் உள்ள மரபணுத் தொடரின் மூன்று மூன்று எழுத்துக்களை கூட்டிக் கூட்டிப் படித்து, அமினோ அமிலங்களை ஒன்றின் பின் ஒன்றாகக் கோர்த்து பல்பெப்பரைடு எனும் பல்புரதக்கூறு மாலை உருவாகும்.

வாணலியை அடுப்பில் வைத்து அடுப்பைப் பற்ற வைத்தவுடன் சமையல் துவங்குகிறது. அதுபோல *tRNA* மெத்தியோனின் *(Methionine-Met)* என்ற அமினோ அமிலம்தான் பொதுவாக எல்லா அமினோ அமிலத் தொடரான புரதங்களிலும் முதன்முதலில் கோர்க்கப்படும் முதல் அமினோ அமிலம்.

AUG என்ற கோடான்தான் துவக்கக் குறி. *mRNA* வரிசைத் தொடரில் எங்கே *AUG* என்ற கோடான் உள்ளது என்பதை தேடி அதன் மேலே *tRNA* மெத்தியோனின் உட்கார்ந்துகொள்ளும். இந்த *tRNA* கால்களில் *UAC* என்ற எதிர்குறியும் தலையில் மெத்தியோனின் அமினோ அமிலமும் இருக்கும். ரைபோசோம் உள்ளே நுழைந்த *mRNA* வரிசையில் *AUG* என்ற கோடான் மீது, பூட்டில் அதன் சாவி பொருந்துவதுபோல, மெத்தியோனின் *tRNA* பொருந்தியதும் ரைபோசோம் இயங்கத் துவங்கும். மெத்தியோனின் அமினோ அமிலம் மாலையின் முதல் முத்தாகத் துவங்கும்.

1 தொடங்கல்

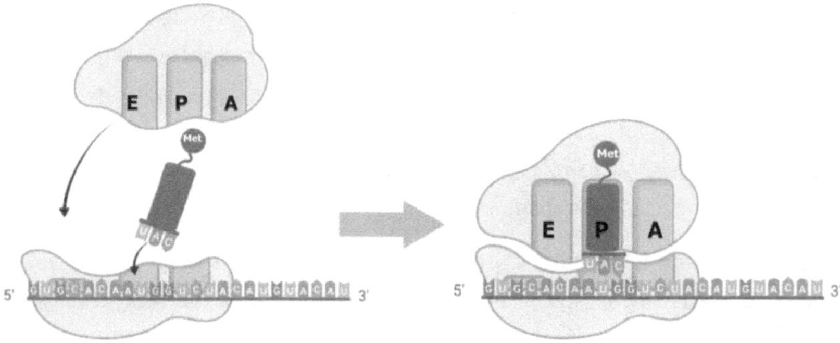

ரைபோசொம் அமைப்பில் புகும் mRNA வரிசை தொடரில் உள்ள AUG என்ற கோடான் மீது tRNA மெத்தியோனின் உட்கார்ந்து கொள்ளும். இந்த tRNA கால்களில் UAC என்ற எதிர்குறியும் தலையில் மெத்தியோனின் அமினோ அமிலமும் இருக்கும். இதிலிருந்து புரதமாலை தாயாரிப்பு தொடங்கல் கட்டம் துவக்கம் அடைகிறது.

சமையலறையில் உப்பு டப்பா, எண்ணெய்க்குத்தி, பருப்பு டப்பா என சமையலுக்குத் தேவையான பொருள்கள் உள்ளதுபோல செல்களிலும் அமினோ அமிலங்கள் இருக்கும். செல்களின் சைட்டோபிளசத்தில்தான் புரதத் தயாரிப்புக்கான மூலப்பொருள்கள் சேகரிப்பாக இருக்கும். ஒவ்வொரு அமினோ அமிலத்துக்கும் பொருந்தும் வகைவகையான tRNAக்களும் பல பிரதிகளில் சைட்டோபிளசத்தில் இருக்கும் குறிப்பிட்ட அமினோ அமிலத்தை அதற்குப் பொருந்தும் tRNA எடுத்து தன் தலையின் மீது கொண்டை போல அமினோ அமிலத்தை தாங்கி நிற்கும். எல்லா அமினோ அமிலங்களை தலையில் தாங்கிய வகைவகையான tRNA சைட்டோபிளசத்தில் இருக்கும்.

mRNAவின் அடுத்த கோடான் சுட்டும் அமினோ அமிலத்தை ஏந்திய tRNA ஈர்க்கப்பட்டு அடுத்ததாக தொடுக்கப்படும். அதன் தலைமீது உள்ள அமினோ அமிலம் முதல் அமினோ அமிலத்துடன் இணைந்துகொண்டு மாலை உருவாகத் துவங்கும். அதன் பின்னர் மூன்றாவதாக உள்ள கோடான் சுட்டும் அமினோ அமிலம் சேர்க்கப்படும். இவ்வாறு பல்புரதக்கூறு பாலிபெப்டைட் எனும் அமினோ அமில மாலை கோர்க்கப்படும். இதுதான் புரதத் தயாரிப்பில் முதல் கட்டம் - தொடங்கல் (initiation) எனப்படும்.

லேசாக வாணலி சூடாகியதும் தளிகை செய்ய இரண்டு டீஸ்பூன்கள் எண்ணெய் விட்டு, அதன் பின்னர் கடுகு, சிவப்பு மிளகாய் மற்றும் தளிகைப் பொருட்களை ஒவ்வொன்றாகப் போடுவதுபோல, *mRNA*வில் உள்ள மரபணுத் தொடரில் அடுத்தடுத்து வரும் முக்குறிய குறிப்புப் படி அடுத்தடுத்து அமினோ அமிலங்கள் ஒவ்வொன்றாகக் கோர்க்கப்படும். இது அமினோ அமில மாலை தயாரிப்பில் நீட்சியாதல் (elongation) எனும் இரண்டாம் கட்ட நிகழ்வு.

செல் கரு கொண்ட யூகார்யோடிக் செல்களில் நொடிக்கு இரண்டு அமினோ அமிலங்களை ரைபோசொம் கோர்த்து விடும். அதுவே பாக்டீரியா போன்ற புரோகாரியோடிக் செல்கள் எனில் நொடிக்கு இருபது அமினோ அமிலங்களை வேகவேகமாகக் கோர்க்க முடியும்.

இறுதியாகக் கொதித்து வந்ததும், அடுப்பை, சமையலை நிறைவு செய்யவேண்டும். அதுபோல குறிப்பிட்ட நிலை வந்தடைந்ததும் கூடுதல் அமினோ அமிலங்களைக் கோர்த்து

2 நீட்சியாதல்

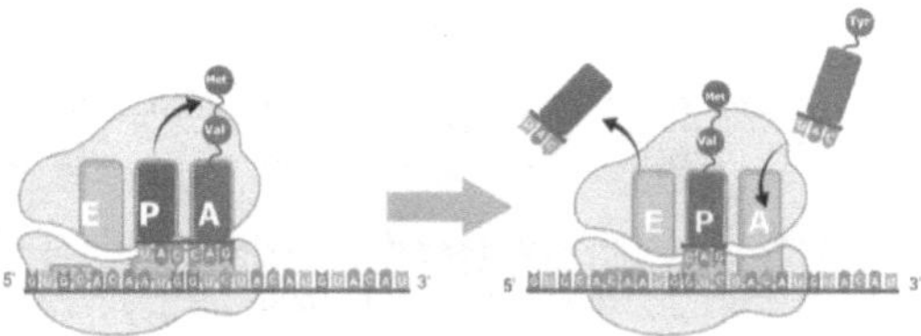

3 நிறுத்தம்

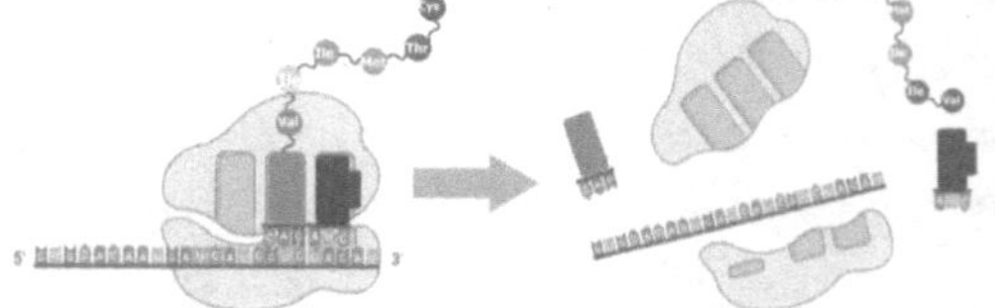

துவக்க கோடானில் துவங்கி அடுத்தடுத்த கோடான் சுட்டும் அமினோ அமிலத்தை இணைத்து புரதமலை கோர்ப்பு நீட்சி பெரும். இறுதியில் முற்றுப்புள்ளி போல அமையும் நிறுத்தக்குறியை அடைந்ததும் நீட்சி பெறுதல் நிறுத்தம் பெறும். புரதமாலை கோர்ப்பு நிறுத்தக் கட்டம் ஏற்படும்.

மாலையை நீட்டுவதை நிறுத்த வேண்டும். வாக்கியத்தின் இறுதியில் உள்ள முற்றுப்புள்ளியை கொண்டு வாக்கியம் முற்றுப் பெற்றதை நாம் அறிவதுபோல mRNA வரிசையில் UAA, UAG அல்லது UGA என்கிற நிறுத்து கோடான் ரைபோசொமில் நுழைந்ததும் அமினோ அமில மாலை நீட்சியாதல் நிகழ்வு முற்றுப்பெறும். இந்த நிகழ்வை நிறுத்த (Termination) நிகழ்வு என்பார்கள்.

பல்புரதக்கூறு பாலிபெப்டைட் எனும் அமினோ அமிலச் சங்கிலி தயார் ஆவது புரத உருவாக்கத்தின் முதற் கட்டம் மட்டுமே. முறுகல் தோசை செய்தபின்னர் அதனை வளைத்து உருட்டியோ அல்லது மடித்து ரொக்கட்போல வடிவம் கொடுப்பதுபோல அமினோ அமிலச் சங்கிலியை மடித்து வளைத்து உருவம் தர வேண்டும். மசால் தோசை எனில் தோசை தனியாகவும், மசாலா தனியாகவும் தயரிக்கவேண்டும். பின்னர் தோசையின் மீது மசாலா வைத்துப் பொதிய வேண்டும். இதே போல சில சமயம் ஒன்றுக்கும் மேற்பட்ட சங்கிலிகள் கொண்டதாகப் புரதங்கள் இருக்கும். ஆகவே வெவ்வேறு சங்கிலிகளை இணைத்துப் புரதத்தை தயார் செய்ய வேண்டும். இவைகுறித்து பின்னர் விரிவாக விளக்குவோம்.

ரைபோசொம் புரதத்தைச் சமைக்கும் தலைமை சமையல் கலைஞர் என்றால் சமையல் உதவியாளர் டிரான்ஸ்பர் ஆர்.என்.ஏ.-tRNA. கல்யாண சமையல் அறையில் ஓர் உதவியாளர் காய்கறிகளை நறுக்க, வேறொருவர் மசாலா அரைத்துக்கொண்டு இருப்பார். ஒருவர் பாத்திரங்களைக் கழுவ, வேறொருவர் சாம்பாரை கிண்டிக்கொண்டு இருப்பார். தலைமை சமையல்காரருக்கு இவ்வாறு உதவிகளை எடுபிடி உதவியாளர்கள் செய்து கொண்டிருப்பார்கள்.

அதுபோல செல்களில் ரைபோசொம்கள் புரதங்களைச் சமைக்க உதவுவது tRNA. டிரான்ஸ்பர் ஆர்.என்.ஏ. எனும் tRNA சிறப்பு வகை ஆர்.என்.ஏ. ஆகும். ஆர்.என்.ஏ. என்பதால் இவற்றின் வடிவமும், mRNA போலவே AUGC என்கிற நியூக்ளியோடைட்டுகள் (nucleotide) வரிசைதான் என சொல்லத் தேவையில்லை. ரிப்பன் போன்று நீண்ட சங்கிலித் தொடர்போல mRNA வடிவம் இருக்கும். ஆனால் காலும் தலையும் கொண்ட வடிவத்தில் tRNAவை கற்பனை செய்து கொள்ளலாம். சுமார் 76 முதல் 90 நியூக்ளியோடைட்டு எழுத்துகள் கொண்ட சிறு துணுக்கு மட்டுமே tRNA. இதன்

பாதங்களில் மூன்றே மூன்று நியூக்ளியோடைட்டுகள் தொகுதி மட்டுமே இருக்கும்.

மூன்று நியூக்ளியோடைட்டுகள் தொகுதிதான் அமினோ அமிலங்களைச் சுட்டும் கோடான் (codon) என்பதை நினைவில் கொள்ளுங்கள். *tRNA*வின் பாதங்களில் உள்ள மூன்று நியூக்ளியோடைட்டுகளை எதிர்க்குறி முறையன்கள் (anticodon) என்பார்கள்.

காந்தத்தின் வடக்கு முனைதெற்கு முனையோடு மட்டுமே பொருந்தும் என்பதுபோல அடினின் (*Adenine – A*) யுரஸில் (*uracil -U*) உடன் மட்டுமே பிணையும். அதுபோல குவானின் (*Guanine – G*) சைடோசின் (*Cytosine–C*) உடன் பிணையும் என நாம் அறிவோம்.

AUG என்ற கோடான் மெத்தியோனைன் எனும் அமினோ அமிலத்தைக் குறிக்கும். *A-U; G-C* என பிணையும் என்பதால் *AUG*யின் எதிர்வரிசை *UAC* ஆகும். எனவே ரைபோசொமில் நுழையும் *mRNA* மரபணு வரிசையில் *AUG* என்ற கோடான் இருந்தால் அது *AUG* என்ற எதிர்குறி முறையன் வரிசையை தன் கால் பகுதியில் கொண்ட *tRNA*வுடன் இணையும்.

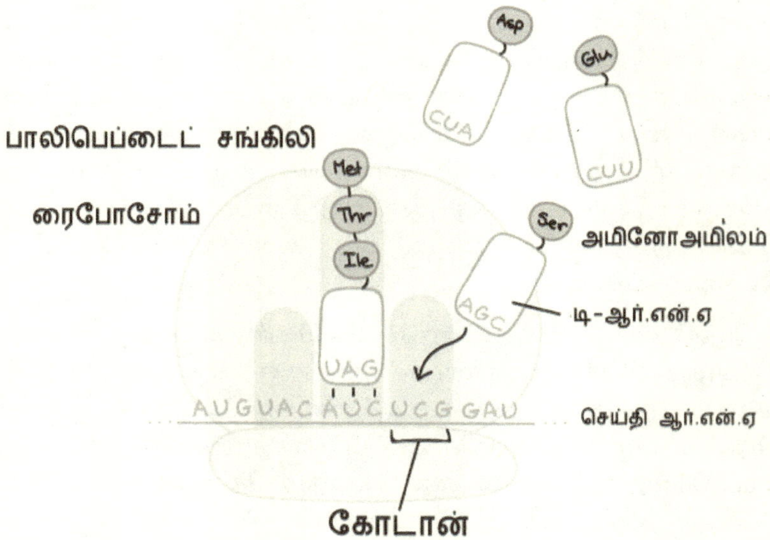

நீட்சியாதல் நிகழ்வு வழியே கோடானில் உள்ள அடுத்தடுத்த குறியான்களுக்கு ஏற்ற பொருந்தும் ஜோடி tRNA அடுத்து கோர்க்க வேண்டிய அமினோ அமிலத்தை எடுத்து வந்து இணைக்கும்.

இதில் வியப்பு என்னவென்றால் *AUG* என்ற எதிர்குறி முறையன் வரிசையைத் தன் கால் பகுதியில் கொண்ட *tRNA*வின் தலையில் மெத்தியோனைன் கொண்டைபோல இணைந்து இருக்கும். வேறு வகையில் கூறினால் இருபது அமினோ அமிலங்களைத் தலையில் ஏந்திய அதற்க்கு ஈடான எதிர்குறி முறையன் வரிசையைத் தன் கால் பகுதியில் கொண்ட *tRNA*க்கள் இருக்கும் என்பது தான். பால் குடம், மோர், குடம், நீர்க் குடம் தலையில் ஏந்தி இருப்பதுபோல ஒவ்வொரு *tRNA*க்கள் தலையிலும் குறிப்பிட்ட அமினோ அமிலம் இருக்கும்.

Ile எனும் அமினோ அமிலத்தை தலையில் குடம் சுமப்பது போல சுமக்கும் *tRN* வின் கால்களில் *UAG* என்ற நியூக்ளியோடைட்டு இருக்கும்; அதேபோல *Ser* அமினோ அமிலத்தை தலையில் சுமக்கும் *tRNA*வின் பாதங்களில் *AGC* நியூக்ளியோடைட்டு இருக்கும். *Glu*வின் கால்களில் *CUU*வும் *Asp* கால்களில் *CUA*வும் இருக்கும்.

ஒரே அமினோ அமிலத்துக்கு ஒன்றுக்கு மேற்பட்ட கோடான் உள்ளதுபோல ஒரு முக்குரியதுக்கு ஒன்றுக்கு மேற்பட்ட; ஒத்த எதிர்குறி முறையன் வரிசை வகை *tRNA* சாத்தியம். எனினும் கோடான் சுட்டும் அமினோ அமிலங்களைத் தங்கியதாகத் தான் ஒத்த *tRNA*க்கள் அமையும்.

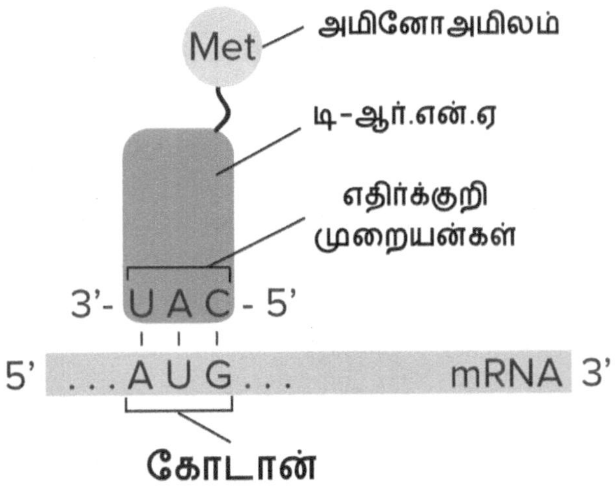

கோடான் சுட்டும் அமினோ அமிலங்களை தங்கியதாக தான்
ஒத்த tRNAக்கள் அமையும்

வீடு கட்டும்போது சிலர் தலையில் செங்கலை ஏந்தி சாரம் வழியே மேலே செல்வார்கள். அங்கே செங்கலைக் கொடுத்துவிட்டு மறுபடி கீழே இறங்கி செங்கலை தூக்கிக்கொண்டு மேலே செல்வர்கள். சிலர் தலையில் குடத்தில் நீர் கொண்டு செல்வார்கள். அதுபோலத்தான் ஒவ்வொரு வகை *tRNA*வும் அதற்குப் பொருந்தும் அமினோ அமிலத்தை மட்டுமே தலையில் ஏந்தும். தன் தலையில் உள்ள அமினோ அமிலத்தை ரைபோசொமில் புரத சங்கிலி தயார் செய்ய அளித்துவிட்டால் மறுபடி செல்லின் சைடோபிளசத்தில் மிதந்து கொண்டிருக்கும் அமினோ அமிலங்களில் தன் எதிர்க்குறி முறையன் வரிசைக்குப் பொருந்திய அமினோ அமிலத்தை எடுத்துக்கொண்டு *tRNA* மறுபடி ஏற்றம் (charging) அடையும். வீடு கட்டும் தொழிலாளி மறுபடி மறுபடி செங்கலை ஏந்திச் சென்று அளிப்பது போலே *tRNA* மறுபடி மறுபடி ஏற்றம் அடைந்து ரைபோசொமுக்கு வேண்டிய அமினோ அமிலத்தை அளித்து புரதச் சங்கிலித் தயாரிப்பில் உதவும்.

"அரைத்த மசாலாவை தா" எனத் தலைமை சமையல்காரர் கேட்டதும் மசாலா அரைக்கும் உதவியாளர் எடுத்துத் தருவது போல, *mRNA* வரிசையில் உள்ள கோடான் சுட்டும் அமினோ அமிலங்களை அதே வரிசையில் எடுத்துத் தருவது *tRNA* வேலை. எந்த அமினோ அமிலம் வேண்டுமோ அதைத் தலையில் ஏந்தி ஏற்றம் அடைந்த *tRNA* ரைபோசொமுக்கு வந்து சேரும். தலையில் உள்ள அமினோ அமிலத்தை பாலிபெப்டைட் சங்கிலி உருவாக்க அளித்த பின்னர் மறுபடி சைடோபிளசத்துக்கு வந்து மறுபடி ஏற்றம் அடையும்.

பல்வேறு வகை *tRNA* சமையல் உதவியாளர்கள் இருந்தாலும் தலைமை சமையல்காரர் ரைபோசொம்தான். பூத்தொடுப்பது போல *mRNA* மரபணு வரிசையில் உள்ள முக்குறியங்கள் சுட்டும் அமினோ அமிலங்களை வரிசையாகத் தொடுப்பதுதான் புரத தயாரிப்பில் முதல் கட்டம்.

இடியாப்ப அச்சு இரண்டு பகுதிகளைக் கொண்டது. உருளைபோன்ற கீழ்பகுதியில் மாவை இட்டு நிரப்பி மேலே தண்டுபோன்ற கைபிடியை வைத்து அழுத்தும்போது உருளை துளைக்குள் இறங்கி பிசைந்த மாவு பித்தளைத் தகட்டின் துளைகள் வழியாகக் கம்பிகள்போல் வெளியேறும். இதுபோலவே ரைபோசொம் என்பது இரண்டு அடுக்கு கொண்ட அமைப்பு. பொதுவே இரண்டும் தனித்தனியாக இருக்கும். அடிப்பகுதியில்

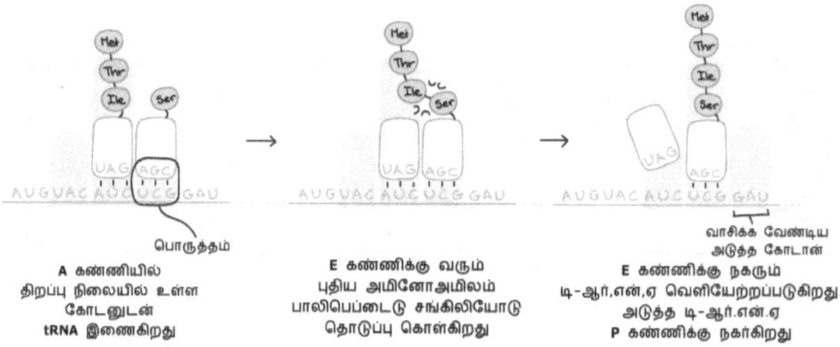

AUG UAC AUC UCG GAU என்ற வரிசை கொண்ட செய்தி ஆர்.என்.ஏ வை படித்து ரைபோசொம், முதலில் Met பின்னர் Thr அடுத்து Ile–Ser–Asp என ஒவ்வொரு அமினோ அமிலமாக சேர்த்து கோர்த்து பாலிபெப்டைட் அமினோ அமில மாலையை உருவாக்கும்.

mRNA வந்து இணைந்துகொண்டதும் மேல் பகுதி வந்து பொருந்திக்கொள்ளும்.

நடுவே mRNA மேலே கீழே இரண்டு பகுதிகள் என முழுமை அடைந்ததும் புரதத் தயாரிப்பு துவங்கும். பல்சக்கரத்தில் சைக்கிள் சங்கிலியின் கன்னி பொருந்தி அமையும்போதுதான் பெடலை அழுத்தும்போது சக்கரம் சுழல்கிறது. அதுபோல ரைபோசொம் முழுமை அடைந்ததும் அதன் இடையே மூன்று கன்னி போன்ற அமைப்பு உருவாகும். இவற்றை முறையே E, P, A, என்று அழைப்பார்கள்.

முதலில் AUG தொடக்கத்தைக் குறிக்கும் முதல் கோடான் A என்ற நுழைவுக் கண்ணியில் புகும். ரைபோசொம் துடிப்பு அடைந்து அதற்குப் பொருந்தும்படியான எதிர்குறி முறையன் (anticodon) UAC tRNAவை ஈர்க்கும். தலையில் Met அமினோ அமிலமும் காலில் UAC எதிர்குறி முறையன் தாங்கிய tRNA, A என்ற நுழைவுக் கண்ணியில் வந்து பொருந்திக்கொள்ளும். mRNAவின் முதல் கோடான் மீது அதற்கு பொருந்தும் tRNA வந்து இணைந்து கொண்டதும் பல்சக்கரத்தைப் பற்றி சைக்கிள் சங்கிலி நகர்வது போல A என்ற நுழைவுக் கண்ணியிலிருந்து முதல் கோடான் நடுக்கண்ணி P என்ற நிலைக்குச் செல்லும்.

இப்போது அந்த mRNAவின் இரண்டாம் கோடான் A கண்ணியில் நுழையும். அந்தக் கோடான் UAC என்று வைத்துக்கொள்ளவோம். எனில், அதற்குப் பொருந்தும் எதிர்குறி

UAG கொண்ட *tRNA*வை ரைபோசொம் ஈர்க்கும். தலையில் *Thr* அமினோ அமிலத்தை ஏந்தி இந்த *tRNA* வந்து பொருந்திக்கொள்ளும்.

இப்போது இந்த அமைப்பு அப்படியே நடுக்கண்ணி *P* என்ற நிலைக்கு நகர அங்கே ஏற்கெனவே இருந்த *Met* அமினோ அமிலம் ஏந்திய *tRNA* மூன்றாவது *E* என்ற கண்ணிக்கு நகரும். இப்போது *Met* அமினோ அமிலமும் *Trp* அமினோ அமிலமும் பிணைந்து கொள்ளும்.

அதற்குள் மூன்றாவது கோடான் *AUC* முதல் கண்ணி *A*வுக்குள் நுழையும். *AUC*குக்குப் பொருந்திய எதிர்குறி *UAG*யை காலில் தாங்கியும் தலையில் *Ile* அமினோ அமிலத்தை ஏந்திய *tRNA* ரைபோசொம் அமைவுக்கு வந்து சேரும். இப்படிதான் ஒவ்வொரு கோடானாக *mRNA* மரபணு வரிசைப்படி *A*வுக்குள் நுழைய அதற்கு பொருந்தும் *tRNA* ஈர்க்கப்பட, இவை இரண்டும் *P* என்ற நிலைக்கு நகர்ந்து ஏற்கனவே உள்ள அமினோ அமில மாலைத்தொடரில் கடைசிக் கண்ணியாக இணைந்து கொள்ள, *E* நிலைக்குச் சென்று தலையில் அமினோ அமில ஏற்றம் இழந்த *tRNA* விலக எனப் படிபடியாகப் புரதச் சங்கிலி நீட்சி அடையும். *AUG UAC AUC UCG GAU* என்ற வரிசை கொண்ட செய்தி ஆர். என்.ஏ. ரைபோசொமில் புகும்போது அதற்குப் பொருந்தியபடி *Met-Thr-Ile-Ser-Asp* பாலிபெப்டைட் சங்கிலி வளர்ச்சியடையும்.

16
சிறுதுளி பெருவெள்ளம்

ஒரே ஒரு இட்லி அல்லது ஒரே ஒரு பூரியில் நமது பசி அடங்கி விடாது. அதுபோல ஒரே ஒரு புரதம் கொண்டு செல்களின் தேவை பூர்த்தியடையாது. ஒரு செல்லில் பல ஆயிரம் எண்ணிக்கையில் குறிப்பிட்ட புரதங்கள் தேவைப்படும்.

டொரோண்டோ பல்கலைக்கழக ஆய்வாளர்கள் பிரண்டான் ஹோ (Brandon Ho) மற்றும் கிரான்ட் பிரவுன் (Grant Brown) நடத்திய ஆய்வில் ஒரு பாக்டீரியா செல்லில் மொத்தம் எவ்வளவு புரதங்கள் இருக்கும். ஒவ்வொரு புரதமும் அதே எண்ணிக்கையில் இருக்குமா என்றெல்லாம் ஆய்வுகளை நடத்தினர். ஒரு செல் உயிரியான சாக்கரோமைசஸ் செரிவிசியா (Saccharomyces Cerevisiae) எனும் ஈஸ்ட் வகை பாக்டீரியா ஒவ்வொன்றிலும் சுமார் 4.2 கோடி புரதங்கள் உள்ளன என மதிப்பீடு செய்துள்ளனர். இவற்றில் பற்பல வகை புரதங்களின் தொகுப்பு. சில புரதங்கள் 1,000 முதல் 10,000 எண்ணிக்கையில் உள்ளன. சில ஐந்து லட்சம் பிரதிகள்கூட கொண்டவை. சில வெறும் பத்து பிரதிகள் மட்டுமே இருந்தன.

விலங்குச் செல்கள் ஒவ்வொன்றிலும் சுமார் 800 கோடிப் புரதங்கள் உள்ளன என வேறொரு ஆய்வு மதிப்பீடு செய்கிறது. மேலும் ஒரு செல்லில் 10,000முதல் 20,000 வரையிலான வெவ்வேறு வகை வகை புரதங்கள் உள்ளன. இந்தப் புரதங்கள் ஒவ்வொன்றும் சுமார் 20000 பிரதிகள் முதல் 10கோடி எண்ணிக்கைவரை உள்ளது. இவற்றில் சுமார் 2,000 வகை புரதங்கள் ஒவ்வொன்றும் 50,000 பிரதிகளுக்குமேல் உள்ளன. வெவ்வேறு வகை செல்களை ஒப்பிடு செய்தால் செல்களின் பொது இயக்கத்துக்குப் பயன்படும் புரதங்கள் கூடுதல் எண்ணிக்கையிலும் அந்தக் குறிப்பிட்ட செல்லின் சிறப்புப் பணியைச் சார்ந்த புரதங்கள் குறைந்த செறிவிலும் உள்ளன. இதற்கு விதிவிலக்கு உண்டு. எடுத்துக்காட்டாக ரத்த செல்களில் அதன் தனிச்சிறப்புப் புரதம் ஹீமோகுளோபின் செறிவாக உள்ளது. ரத்த செல்களின் எடையில் சுமார் 96% சதவிகிதம் இந்தப் புரதம் மட்டுமே.

கல்யாணம் போன்ற விருந்தில் பலருக்கு உணவு சமைக்க வேண்டும் என்றால் ஒன்றுக்கு மேற்பட்ட சமையல் செய்பவர்களை ஈடுபடுத்துகிறோம். அதுபோல் கோடி புரதங்களைத் தயார் செய்ய வேண்டும் எனில் ஒரே ஒரு ரைபோசொம் தயார் செய்ய முடியாது அல்லவா? விலங்கு செல்களில் சுமார் ஒரு கோடி ரைபோசோம்கள் உள்ளன. அவை ஒவ்வொரு நொடியும் இயங்கி புரதங்களைத் தயார் செய்கின்றன.

ஒவ்வொரு செல்லிலும் ஒன்றுக்கு மேற்பட்ட ரைபோசொம்கள் உள்ளன. எடுத்துக்காட்டாக முயலின் செல்களில் சுமார் 20,000 முதல் 30,000 ரைபோசோம்கள் உள்ளன. விலங்குகளின் ரத்த செல்கள் தவிர மற்ற எல்லா செல்களிலும் ரைபோசோம்கள் உள்ளன. புரோகாரியோட்டு செல்களில் சைடோபிளசத்தில் சுதந்திரமாக ரைபோசோம்கள் மிதந்து கொண்டிருக்கும். யூகார்யோடிக் செல்களில் சைடோபிளசத்தில் சுதந்திரமாக ரைபோசோம்கள் தவிர எண்டோபிளாஸ்மிக் ரெட்டிகுலம் எனும் செல் உறுப்பில் பிணைந்து இருக்கும் என்ற இரண்டு வகை ரைபோசோம்கள் உள்ளன.

ஒரு செல்லில் சில கோடி புரதங்கள் உள்ளன. அத்துணை எண்ணிக்கை புரதங்களைச் செல் எப்படி உருவாக்குகிறது? ஒரு புரதத்தைத் தயார் செய்ய சுமார் 20 நொடி முதல் சில நிமிடங்கள்வரை எடுக்கும். எனவே ஒரே ஒரு ரைபோசொம் புரதத்தைத் தயார் செய்தால் போதாது. மேலும் பல ரைபோசொம்கள் இருந்தாலும் ஒரு குறிப்பிட்ட புரத வகையை ஒரே ஒரு ரைபோசொம் மட்டும் செய்தால் போதாது. எடுத்துக்காட்டாக கணைய செல்கள் ஒவ்வொன்றும் பெருமளவில் இன்சுலின் புரதத்தைச் சுரக்க வேண்டும். குறிப்பிட்ட செல் ஒரே ஒரு இன்சுலின் புரதத்தை தயார் செய்தால் போதிய அளவு இன்சுலின் கிடைக்காது.

பலருக்கு தோசை சுடவேண்டும் எனில் ஒன்றுக்கு மேற்பட்ட தோசைக்கல்லை அடுப்பில் வைத்துத் தோசை சுடுவதுபோல செல்லுக்குள் ஒரே சமயத்தில் பற்பல ரைபோசொம்கள் இணைந்து குறிப்பிட்ட செய்தி ஆர்.என்.ஏ.வின் புரதத்தை பல்படி எடுக்கும் அமைப்பு உள்ளது. பல ரைபோசொம்கள் இணைந்து இயங்குவதை போலிசோம் (polysomes) என்பார்கள். சுமார் 80 நியூக்ளியோடை அளவு இடைவெளியில் அடுத்தடுத்து ரைபோசோம்கள் தொடர் வரிசையில் இருக்கும்.

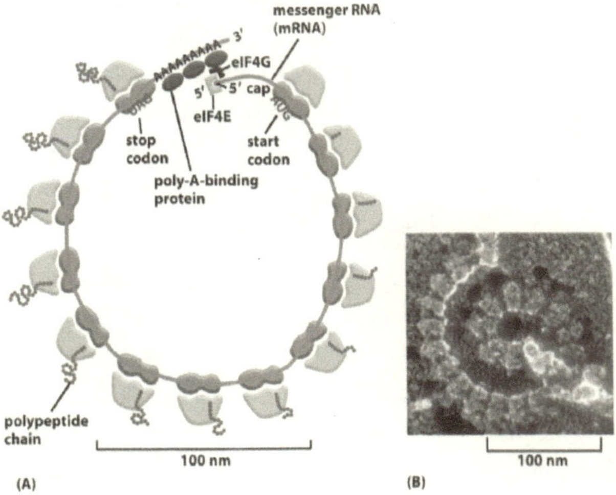

ரைபோசொம் அடுக்கு வரிசை

இந்த ரைபோசொம் அடுக்கு வரிசையில் ஒரே சமயத்தில் குறிபிட்ட ஆர்.என்.ஏ வை படித்து அது குறிக்கும் புரதத்தைப் படி எடுத்துவிடும். செய்தி ஆர்.என்.ஏ. எனும் *mRNA* கோடான் ரைபோசொம் தொகுப்பில் ஒவ்வொன்றாக நுழையும். முதல் ரைபோசொமின் *E* முனை வழியே வெளிப்படும் *mRNA* வரிசை அடுத்த ரைபோசொமின் *A* முனை வழியே உள்ளே நுழையு எனவே ஒரே ஆர்.என்.ஏ.வை ஒரே சமயத்தில் எல்லா ரைபோசெ படித்து அது சுட்டும் அமினோ அமில மாலைகளை உருவாக் இதன் வழியே அந்தக் குறிப்பிட்ட புரதப் பல்படிகள் தயார் ஆ

ஒவ்வொரு உயிரிக்கும் பல ஆயிரம் வகை புரதங்கள் உ எந்த ஒரு ரைபோசோமும் எந்தவகை புரதத்தையும் செய்துவிட முடியுமா?

தென்னிந்திய உணவு தயரிக்கும் கைப்பக்குவம் சமையல் செய்பவர் மெச்சிகன் உணவைத் தயாரிப்ப அதுபோல ரைபோசொம்களிலும் வகைகள் உண்டு. ரைபோசொம் சில புரதங்களை மட்டுமே உற்பத்தி எனக் கருதப்படுகிறது.

யானைக்கும் அடி சறுக்கும். அதுபோல செல்க தயாரிக்கும் புரதங்களிலும் சில சமயம் தற்செய ஏற்படும் வாய்ப்பு உள்ளது.

ஒவ்வொரு வகை உயிரிகளின் செல்களில் சுமார் 40 முதல் 60 வகை தனித்துவம் வாய்ந்த *tRNA*க்கள் உள்ளன. மனித மைடோகாண்டிரியாவில் வெறும் 22 வகை *tRNA*களும் தாவரத்தின் பசுங்கணிக (*chloroplasts*) அமைவுகளில் 30 வகை *tRNA*களும் உள்ளன. இவற்றின் கால் பகுதியில் உள்ள எதிர்குறி முறையன் வரிசை வெவ்வேறு அமினோ அமிலங்களுக்குப் பொருந்திய படியானதாக இருக்கும்.

உப்பு என்று நினைத்து தவறுதலாகச் சர்க்கரையை சமையல் உதவியாளர் எடுத்துத் தர.. அதனை சமையல்காரர் பயன்படுத்தி உணவு பாழாகும் வாய்ப்பு அரிது என்றாலும் நடக்கக்கூடும் அல்லவா? அதுபோல 3000 *tRNA*களில் ஒன்று வீதம் தவறான அமினோ அமிலம் ஏற்றம் அடையலாம். பொதுவாகப் பிழை கொண்ட *tRNA*க்கள் இனம் காணப்பட்டு அழிக்கப்படும். வெகு அரிதாகப் பிழையான அமினோ அமிலம் ரைபோசொமுக்கு வந்து ...தத் தயாரிப்பில் பிழை ஏற்படலாம்.

...ந்தப் பிழை தவிர அமினோ அமிலங்களைக் கோர்க்கும்போது ...ஏற்படலாம். பாக்டீரியா போன்ற நுண்ணுயிரிகளில் நொடிக்குச் ... அமினோ அமிலம், அதாவது ஒரு முக்குரியத்துக்கு வெறும் ... நொடி என்றே வேகத்தில், புரத மாலை தயார் ஆகும்.

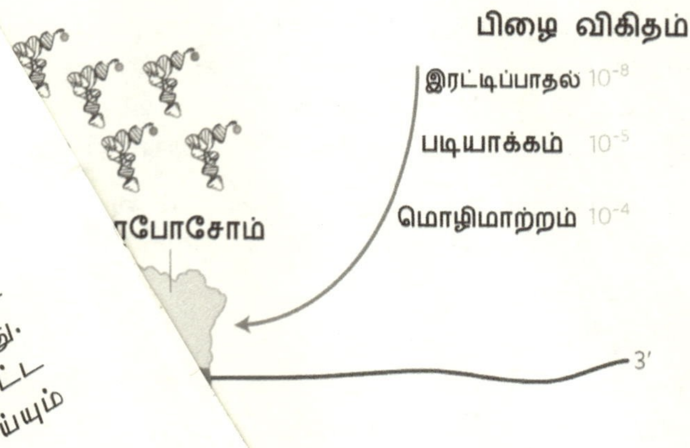

...னா அமிலங்கள் பூட்டி சங்கிலி தயார் ...லகளில் பிழைகள் ஏற்படக்கூடும்.

சில உயிரிகளில் நொடிக்கு வெறும் சில அமினோ அமிலங்கள் என்ற மந்த வேகத்திலும் புரதம் தயார் ஆகிறது.

இவ்வளவு வேக கதியில் அமினோ அமில மாலை தயார் செய்யும்போது தவறுகள் ஏற்படக்கூடும்தானே?. ஆயிரம் அமினோ அமிலங்களைக் கோர்க்கும்போது சுமார் ஒரு பிழை என்ற விகிதத்தில் பிழைகள் ஏற்படுகின்றன. தவறான அமினோ அமிலம் சேர்ந்து விட்டால் அந்தப் புரதத்தின் தன்மை மாறிவிடும். சில சமயம் தன்மை மாறிய புரதம் அந்தச் செல்லுக்கு எமனாகக் கூட முடியக்கூடும்.

சமையல் செய்யும்போது ஊசிப்போன சாம்பாரைக் கொட்டி விட வேண்டும்; சரியாகச் சமையல் ஆகாத உணவைக் களைந்து விட வேண்டும். அதுபோல பாலிபெப்டைட் உருவாக்குவது போலவே பழுது கொண்ட பாலிபெப்டைட் பல்புரதக்கூறுகளை அழித்துவிடுவதும் முக்கியம்.

ஒரு செல்லில் ரைபோசொம் தயார் செய்யும் பாலிபெப்டைட் அமினோ அமில மாலைகளில் சுமார் மூன்றில் ஒரு பகுதியைப் பிழைகள் காரணமாக அழித்து விடுகிறது.

அமினோ அமில சங்கிலிதான் புரதங்களின் அடிப்படை. எவ்வளவு அமினோ அமிலங்களைக் கோர்த்து மாலை உருவாகும்? பாலூட்டிகளில் காணப்படும் மிகப் பெரிய டைட்டின் (titin) புரததை தயார் செய்ய. 33,000 அமினோ அமிலங்களைக் கோர்த்து தயார் செய்யவேண்டும்! மறுபுறத்தில் TAL எனும் புரதத்தில் வெறும் பதினோரு அமினோ அமிலங்கள் மட்டுமே உள்ளன. சராசரியாக புரதங்களில் எவ்வளவு அமினோ அமிலம் இருக்கும்? தாவரம், விலங்கு, பாக்டீரியா எனப் பல்வேறு புரோகாரியோட்டு செல்களிலிருந்து 1,00,681 புரதங்கள் மற்றும் யூகாரியோட்டு செல்களிலிருந்து 11,65,473 புரதங்களை எடுத்து ஆராய்ச்சி செய்து பார்த்தனர்.

ஆர்க்கரசு எனும் தொன்மை பாக்டீரியாவின் புரதங்களின் சராசரி நீளம் 283 அமினோ அமிலங்கள்தான். இவைதான் மிகக் குறைந்த சராசரி புரத அளவை கொண்ட உயிரிகள். பாக்டீரியா புரதங்களின் சராசரி நீளம் 320 அமினோ அமிலங்கள். யூகாரியோட்டு செல்களின் சராசரி புரத நீளம் 472 அமினோ அமிலம். தாவரப் புரதங்களின் சராசரி 392 அமினோ அமிலம். விலங்குகளில் 486, பூஞ்சையில் 487. பொதுவே ஆர்க்கரசு மற்றும் பாக்டீரியா புரதங்களைவிட

யூகாரியோட்டு உயிரிப் புரதங்கள் கூடுதல் நீளம் கொண்டவை. யூகாரியோட்டுகளில் ஒரு செல் உயிரிகளின் சராசரி பல செல் உயிரிகளைவிட புரத அமினோ அமிலத் தொடரின் நீளம் கூடுதல்.

உயிர்ப் பொருள் எல்லாம் காலம் செல்லச் செல்ல மக்கி சிதையும். காலையில் தேங்காய் அரைத்துவிட்ட சாம்பார் இரவுக்குள் கெட்டுவிடும். ஆனால் புளிசாதம் சில நாட்கள் வரைகூட கெடாமல் இருக்கும். அதுபோல ஒவ்வொரு புரதமும் குறிப்பிட்ட ஆயுட்காலம் கொண்டவை. ஒரு தடவை உருவாகும் புரதமும் காலபோக்கில் அழிந்துவிடும். புரதங்களின் சராசரி ஆயுட்காலம் என்ன? சராசரி ஆயுள் கொண்ட வளர் நிலையில் உள்ள ஈஸ்ட் பாக்டீரியாவில் புரதங்களின் சராசரி ஆயுள்காலம் வெறும் 43 நிமிடங்கள்தாம். 1.5 ஆண்டு காலம் சராசரி ஆயுள் கொண்ட எலியின் மூளை, லிவர் மற்றும் ரத்த செல்களில் புரதங்களை ஆய்வு செய்தபோது இந்த புரதங்களின் சராசரி ஆயுள் மூன்று முதல் ஒன்பது நாட்கள். மேலும் மைட்டோகாண்ட்ரியா என்டோபிளாச்மிக் ரெட்டிகுலம் போன்ற பகுதிகளில் உள்ள புரதங்கள் பொதுவே கூடுதல் காலம் நிலைத்து நிற்கும். மனித தசைநார் புரதம் எனும் கொல்லாஜன் 118 ஆண்டுகள்கூட சிதையாமல் இருக்கும். பல் எனாமல் புரதம் சுமார் எழுபது ஆண்டுகள் நீடித்து இருக்கும். கொலஸ்ட்ரால் புரதம் பதினெட்டு மாதங்கள் வரை கூட சிதையாமல் இருக்கும்.

எல்லா சமயத்திலும் ஒரே எண்ணிக்கையில், ஒரே செறிவில் செல்களுக்குள் புரதங்கள் இருக்குமா? காலை உணவு, மதியம் சாப்பாடு, இரவு டிபன் நடுவே சிற்றுண்டியென வேளைக்குத் தகுந்தாற்போல உணவு வகைகளை உண்பதுபோல செல்களிலும் அதன் இயக்க நிலைக்குத் தகுந்தாற்போலப் புரதங்களின் வகை, எண்ணிக்கை முதலியன வேறுபடும்.

குளுகோஸ் செறிவுமிக்க நிலை, குளுகோஸ் பற்றாக்குறை உள்ள நிலை என்ற இரண்டு நிலைகளில் சாக்கரோமைசஸ் செரிவிசியா பாக்டீரியாவை வளர்த்துப் பரிசோதனை செய்து பார்த்தார்கள். சாக்கரோமைசஸ் செரிவிசியாவுக்கு குளுகோஸ்தான் உணவு. செல் பிரிதல் நிகழ்வு வழியே தாய் செல் இரண்டு மகவு செல்களாகப் பிரியும். இவ்வாறு செல் பிரிதல் வழியேதான் ஈஸ்ட் பாக்டீரியா அடுத்த தலைமுறையை உருவாக்கும். உணவு அபிரிமிதமாக உள்ள சூழலில் செல் பிரிதல் நிகழ்வும் கூடுதலாக நிகழ்ந்து மேலும் மேலும் புதிய ஈஸ்ட் செல்கள் உருவாகும்.

புரதத்தைத் தயார் செய்யும் mRNA வகைகளைக் கணக்கிட்டுப் பார்த்தனர். சுமார் 19 வகை mRNA மட்டுமே தமது எண்ணிக்கையில் இரட்டிப்பு ஆயின.

குளுகோஸ் செறிவு குறைந்த நிலையில் இதே சோதனையைச் செய்து பார்த்தபோது புரத வகைகள் அவற்றின் எண்ணிகையில் பெரும் வேறுபாடு தெரிந்தது. குளுகோஸ் கூடுதல் நிலையில் அந்த ஈஸ்ட் செல் காற்றுச் சுவாசம் (aerobic) செய்யும். குளுகோஸ் செறிவு குறையும்போது அதன் உடலியக்கம் மாற்றம் அடைந்து காற்றற்ற சுவாச முறைக்கு (anaerobic) மாற்றிக்கொள்ளும். குளுகோஸ் பற்றாக்குறை ஏற்பட்ட சூழலில் சுமார் 700 வகை mRNAsவின் எண்ணிக்கை இரட்டிப்பு அல்லது அதற்கும் மேலாகக் கூடியது. வேறு 1,000 வகை mRNAக்களின் எண்ணிக்கை முன்பு இருந்ததைவிட பாதிக்கும் குறைவாகக் குறைந்து போனது. மாறிய சூழலில் செல்கள் உள்ளே நடைபெறும் உயிரி வேதியியல் வினைகளின் தன்மையும் மாற்றம் அடைகிறது என்பதை இது கட்டுகிறது.

இயல்பான செல்களிலும் கேன்சர் செல்களிலும்கூட வித்தியாசம் உள்ளது எனக் கண்டுபிடித்துள்ளார்கள். இயல்பு பெருங்குடல் புறணி (colon epithelial cells) செல்களையும் கேன்சர் பீடித்த பெருங்குடல் புறணி செல்களையும் ஒப்பீடு செய்து பார்த்தபோது சுமார் 289 வகை mRNAகளின் எண்ணிக்கையில் பெரும் வேறுபாடு தெரிந்தது. சிலவற்றின் அளவு கூடியது, சில குறைந்தது. கணையத்தில் கேன்சர் ஏற்பட்ட நிலையில் அந்த திசுவின் செல்களிலும் இதே வகை mRNAக்களின் அளவு அபிரிமிதமாக உள்ளது. இயல்பு செல்களில் உருவாகும் புரதங்கள் அவற்றின் எண்ணிக்கை கேன்சர் செல்களில் ஏற்படும் புரத மாற்றங்களை அறிந்துகொண்டால் எதிர்காலத்தில் மேலும் நுட்பமாக கேன்சர் நோய்க்கு மருத்துவம் செய்ய முடியும்.

17
புரத மடிப்பு

பென்சிலை சீவினால்தான் அது எழுதும். அதுபோல அமினோ அமில மாலை உருவாக்கிச் சில மடிப்புமூலம் குறிப்பிட்ட வடிவம் பெற்றால்தான் அது புரதமாக மாறும். உயிரியல் வினை ஏற்படுத்தும் தன்மையைச் சரியான முறையான மடிப்பு இருந்தால் தான் அது பெறும்.

பேப்பர் தோசையை சற்றே முறுகலாகச் செய்து கூம்பு வடிவில் மடித்து வைத்தால் ராக்கெட் தோசை; மடித்து வைத்தால் பேப்பர் தோசை என்றாவது போல அமினோ அமிலங்களின் மாலைதான் அடிப்படையில் புரதம் என்றாலும், அந்த மாலை வளைத்து மடித்து வடிவம் பெறும்போதுதான் புரத உயிரியல் வினை ஏற்படும்.

மொத்தம் இருபது அமினோ அமிலங்கள் உள்ளன. அமினோ அமில மூலக்கூறின் கிளைத்தொடரி பண்பை வைத்துப் பார்க்கும் போது நான்கு வகைகளாக இவற்றை வகுக்க முடியும்.

ஆர்ஜினின், ஹிஸ்டிடின் அமிலம் ஆகியன நேர்மின்மம் உடையவை.

குளூட்டாமிக், அஸ்பார்டிக் ஆகியன எதிர்மின்மம் கொண்டவை.

செரின், டைரோசின், குளூட்டமின், அஸ்பரஜின் ஆகிய நான்கும் மின்னேற்றம் இல்லா முனைவு மூலக்கூறுகள். இவற்றுக்கு நீர்நாட்டத் தன்மை இருக்கும்.

வாலின், அலனின் ஐசோலியூசின், லியூசின், மெத்தியோனின், சிஸ்டீன், பினைல்அலனின், திரியோனின், டிரிப்டோபான், ப்ரோலின் முதலிய முனைவற்றவை. எனவே இவை எளிதில் கொழுப்புப் பொருள்களுடன் பிணைந்துகொள்ளும். மேலும் இவை நீரை விலக்கும் தன்மையும் கொண்டு இருக்கும்.

எதிரும் புதிருமான வடக்கு, தெற்கு காந்தங்கள் ஒன்றை ஒன்று கவரும். அதே ஒரே முனை கொண்ட காந்தங்கள் ஒன்றை ஒன்று

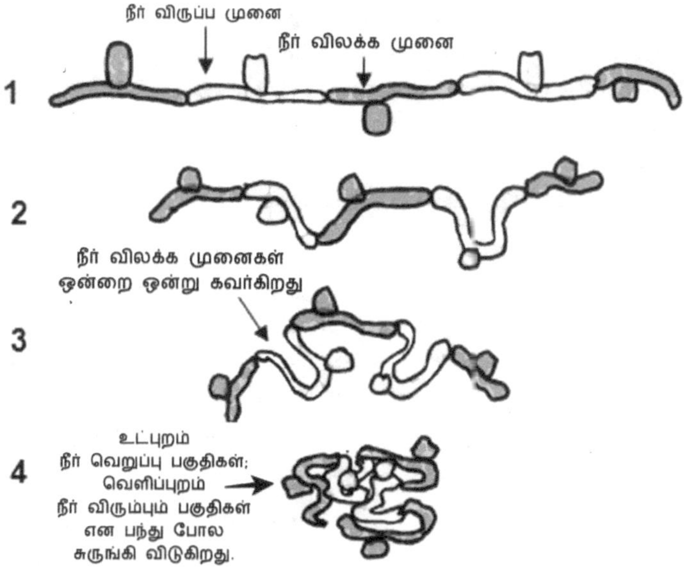

நீர்ம சூழலில் பாலிபெப்டைட் சங்கிலியில் உள்ள மின்முனைவு பகுதிகள் நீரை விரும்பி கவரப்படும்; அதே சமயம் மின்முனைவற்ற பகுதி நீர்விலக்கு தன்மை கொண்டு அமைவதால் நீரிலிருந்து விலகி இருக்க துடிக்கும். இதன் காரணமாக குறிப்பிட்ட வகையில் சங்கிலி மடிந்து குறிப்பிட்ட புரத உருவம் உருவாகும்.

விலகும். அதேபோல எதிரெதிர் மின்மம் கொண்டிருக்கும் இரண்டு அமினோ அமிலங்களிடையே ஈர்ப்பு ஏற்படும் அதே சமயம் ஒரே மின்மம் கொண்ட இரண்டு இரண்டு அமிலங்களிடையே விலக்குவிசை ஏற்படும். நீர் விருப்பத் தன்மை கொண்ட பொருள்கள் நீரில் கரையும். ஆனால் எண்ணெய் விருப்பப் பொருள்கள் நீரிலிருந்து விலகும் தன்மை கொண்டு இருக்கும். இதுபோன்ற சிறு நுண்ணிய வேதிவினைகள்தான் புரத மதிப்பைத் தூண்டுகிறது.

சுமார் இருநூறு அமினோ அமிலங்களை உடைய பாலிபெப்டைட் சங்கிலியைக் கற்பனை செய்துபாருங்கள், அதில் ஓர் இடத்தில் நேர்மின்மம் வேறு இரு இடங்களில் எதிர்மின்மம் இருக்கும். இவை ஒன்றையொன்று கவர்ந்து ஒட்டிக்கொள்ளும். ஒரே மின்னம் உடைய பகுதிகள் ஒன்றையொன்று விட்டு விலகும். நீர் விரும்பும் பகுதி, கொழுப்பு விரும்பும் பகுதியோடு சேராது. இவ்வாறு பாலிபெப்டைட் சங்கிலியில் அங்கே இங்கே ஏற்படும் ஈர்ப்பு மற்றும் விலக்குவிசை காரணமாக இரண்டு வகை வடிவங்கள் ஏற்படும்.

ஒன்று ஸ்பிரிங்போல வளைந்து சுருங்கும் அல்லது பேப்பரை மடித்தால் ஏற்படும் மலை-பள்ளத்தாக்கு போன்ற வடிவம் ஏற்படும். முதலாவது ஆல்ஃபா சுருள்கள் அல்லது α சங்கிலி அமைப்பு என்றும் இரண்டாவதை பீட்டா தாள்கள் அல்லது β சங்கிலி அமைப்பு என்பார்கள். சில சமயம் α+β என இரண்டும் கலந்த அமைப்பும் உருவாக முடியும்.

α மற்றும் β சங்கிலி வடிவம் முறையே ஸ்பிரிங் அல்லது மடிப்பு மடிப்பாக வடிவம் பெறும். இது புரதத்தின் இரண்டாம் நிலை கட்டமைப்பு எனக் கருதப்படுகிறது. பாலிபெப்டைட் சங்கிலி தான் முதல்நிலை கட்டமைப்பு எனக் கூறத் தேவையில்லை. தோசையை நாம் வளைத்து ராக்கெட் தோசை செய்யவேண்டும். ஆனால் புரதத்தைப் பொறுத்தவரை, தானே மடிந்து வளைந்து சுயமாக வடிவத்தை அடையும்.

மேலும் α மற்றும் β சங்கிலி வடிவ உருவை அடைந்த புரத சங்கிலி மேலும் சுருங்கும். இப்போதும் அதன்மேல் துருத்திக்கொண்டிருக்கும் கிளைத்தொடரிகள் ஒன்றுடன் ஒன்று வினை புரிந்து நேர் சங்கிலி வடிவத்திலிருந்து உருண்டு திரண்டு கோளம் போன்ற வடிவம் பெறும். இதனை மூன்றாம் நிலை கட்டமைப்பு என்பார்கள்.

மசால் தோசை என்றால் மசாலாவை தனியாகத் தயார் செய்து தோசையை தனியாகத் தயார் செய்து தோசையின் மீது மசாலாவை பூசவேண்டும். இட்லி செட் என்றால் இரண்டு இரண்டு இட்லிகளை ஒன்றாகச் சேர்க்க வேண்டும். அதுபோல ஒரே சங்கிலியின் பல படிகள் இணைந்தும், இரண்டு வெவ்வேறு சங்கிலிகள் இணைந்தும் புரதங்கள் உருவாகலாம். எடுத்துக்காட்டாக ரத்த செல்களில் இருக்கும் ஹீமோகுளோபின் புரதம். இதில் ஒரு α சங்கிலி, ஒரு β சங்கிலி பிணைந்து இடை உருவம் உருவாக்கி அதே போன்ற வேறொரு α மற்றும் β சங்கிலியும் பிணைந்து இறுதி வடிவம் உருவாகும் [இங்கு ஆல்பா பீட்டா சங்கிலிகள் மேல் கூறிய இரண்டாம் நிலை உருவங்கள் அல்ல. இவை புரத அமினோ அமில மாலையின் பகுதிகள். ஜினோமில் குறிப்பிட்ட ஜீன் பகுதி இந்த சங்கிலிகளை குறி செய்கிறது]. அதாவது மொத்தம் இரண்டு ஜோடி α சங்கிலிகள் மற்றும் இரண்டு ஜோடி β சங்கிலிகள் கொண்டது இந்தப் புரதம். இது நான்காம் நிலை கட்டமைப்பு.

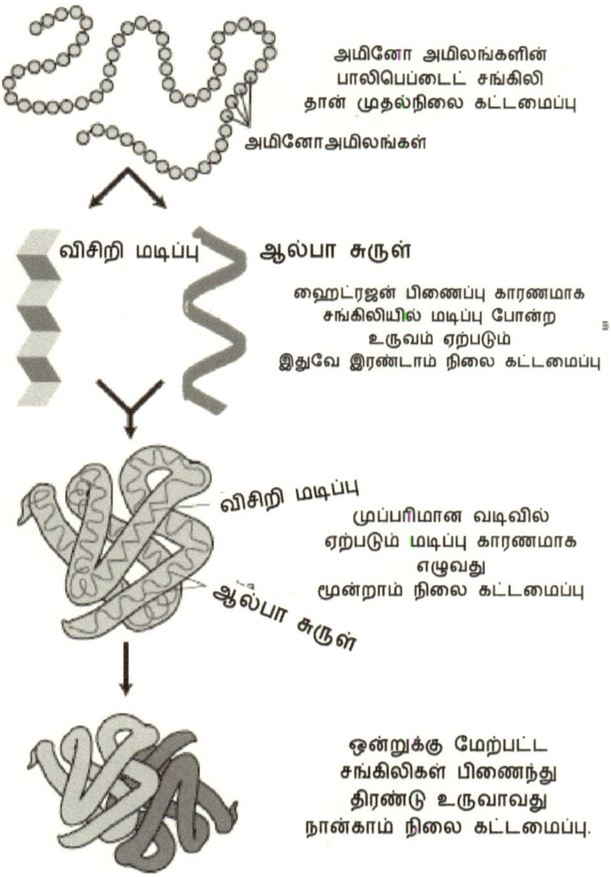

ஒன்றுக்கு மேற்பட்ட பாலிபெப்டைட் சங்கிலிகள் பிணைந்து மொத்தமாக வடிவம் பெறுவதுதான் நான்காம் கட்ட புரத மடிப்பு. ஒன்றுக்கு மேற்பட்ட பாலிபெப்டைட் சங்கிலிகள் பிணையும் புரதங்களில் மட்டுமே நான்காம் நிலை புரத மடிப்புகள் ஏற்படும். இந்தச் சங்கிலிகள் ஒன்றின் பல பிரதிகளாக இருக்கலாம் (homo ஒத்த) அல்லது வெவ்வேறு சங்கிலிகளாக இருக்கலாம் (hetro வேறான). ஒத்த (homo) பாலிபெப்டைட் சங்கிலிகள் கொண்ட பொதியை இரண்டு இட்லி பொட்டலம் என உருவகப்படுத்திக் கொள்ளலாம். ஒரு இட்லி, ஒரு வடை பார்சலை வேறான (het-ro) பாலிபெப்டைட் சங்கிலிகள் கொண்ட பொதி என விளங்கிக் கொள்ளலாம். ஒத்த (homo) பாலிபெப்டைட் சங்கிலிகள் கொண்ட பொதிக்கு சிறந்த எடுத்துக்காட்டு கொலாஜன் புரதம். உடலில் காணப்படும் மிகவும் பொதுவான புரதம் ஆகும். உடலின் சுமார்

நான்கில் ஒரு பகுதி இந்தப் புரதம்தான். இந்தப் புரதத்தில் 400 அமினோ அமில மாலை கொண்ட மூன்று இழைகள் ஒன்றுடன் ஒன்று திரிந்து டிரிபிள் ஹெலிக்ஸ் எனப்படும் முச் சுருளை வடிவம் கொண்டது. இதன் வடிவத்தை இந்திய விஞ்ஞானி ஜி.என்.ராமசந்திரன் இனம் கண்டார். ஓர் ஜோடி ஆல்பா இழைகள், ஒரு ஜோடி பீட்டா இழைகள் இணைந்து உருவாகும் ஹீமோகுளோபின் புரதத்தை வேறான (hetro) பாலிபெப்டைட் சங்கிலிகள் கொண்ட பொதிக்கு எடுத்துக்காட்டாகக் கொள்ளலாம். ஒரே ஒரு பாலிபெப்டைட் சங்கிலி கொண்டு உருவாகும் புரதங்களில் மூன்று கட்ட புரத மடிப்புகள் மட்டுமே இருக்கும்.

ரைபோசோமிலிருந்து வெளிப்படும்போதே பொதுவாகக் காலம் தாமதியாது புரத மடிப்பு துவங்கி விடும். புரத மடிப்பு முழுமையுற சில நிமிடங்கள் எடுக்கும்.

சீவாத பென்சில் கொண்டு எழுத முடியாது. அதுபோல ரைபோசோம் வெளிப்படுத்தும் பாலிபெப்டைட் அமினோ அமிலச் சங்கிலியை மேலும் மடித்து வளைத்துக் குறிப்பிட்ட வடிவத்தில் செய்தால்தான் அது செயல்திறன் கொண்ட புரதம் ஆகும். வெறும் ரிப்பன்போல அமினோ அமில மாலை இருந்தால் உயிரியல் வினை அதற்கு இருக்காது.

சில சமயம் உதவிக்கு யாராவது இருந்தால் நலம் என நாம் எண்ணுகிறோம் அல்லவா? துவைத்துக் காயவைத்த துணிகளை மடித்து அலமாரியில் வைக்கவேண்டும். கால்சட்டை, கைசட்டைகளை ஒருவரே நேர்த்தியாக மடித்துவிடுவது எளிது. உதவிக்கு ஓர் ஆள் இருந்தால் நேர்த்தியாகப் புடவை மடிப்பது எளிதாகும். அதுபோல சில சமயம் ரைபோசோம் தயார் செய்யும் புரதங்களை மடிக்க உதவி தேவைப்படும். சேப்பரோன் புரதம் (Chaperones) எனும் சிறப்பு வகை புரதங்களின் துணையுடன் தான் பல புரதங்கள் தமது இயல்பு புரத மடிப்புகளைப் பெற்று இறுதி வடிவத்தை அடைகிறது.

ஆய்வகத்தில் சோதனைக் குடுவையில் இயல்பு கெட்ட சில புரதங்கள் தாமே மடிப்பு அடைந்து அவற்றின் இறுதி வடிவத்தை அடைவதை கண்டனர். ஆயினும் பல புரதங்கள் இவ்வாறு முழுமை மடிப்பு பெறவில்லை. எனவே இந்தப் புரதங்கள் மடிப்பு பெற்று முழுமையடைய வேறு புரதங்களின் துணை தேவைப்படும் என்பதை யூகம் செய்து ஆய்வு செய்தபோது புரத மடிப்புக்கு

உதவும் உதவியாளர் - சேப்பரோன் - புரதங்களை இனம் கண்டனர்.

உதவிக்கு சேப்பரோன் - புரதங்கள் இருப்பதால் பல புரதங்கள் சரியான மடிப்பு செய்து பிழை இல்லாமல் அதன் இயல்பு வடிவத்தை அடையமுடிகிறது. பல புரதங்களுக்கு ஒன்றுக்கு மேற்பட்ட அமினோ அமில பாலிபெப்டைட் சங்கிலி தேவை. இவற்றை ஓர் இடத்தில் குவித்து சேர்க்கவும் உதவி தேவை. மேலும் குறிப்பாக வெப்ப நிலை கூடுதலான நிலையில் தாமே புரதங்கள் மடிப்பு பெறுவது கடினம். எனவே வெப்பநிலை கூடுதல் ஆகும்போதும் செல்களின் உள்ளே கூடுதல் செறிவுடன் சேப்பரோன் - புரதங்கள் உருவாகின்றன.

இதையும் மிஞ்சி தவறாக மடிப்பு பெற்று வடிவ மாறுதல் அடையும் புரதங்களை அகற்ற என செல்லின் உள்ளே அமைப்பு உள்ளது. அவை பிழையான வடிவம் கொண்ட புரதம் தயார் ஆனதும் அவற்றை அப்புறப்படுத்தி அவற்றின் அமினோ அமிலங்களைப் பிரித்து எடுத்து மறுசுழற்சி செய்துவிடும்.

சில சேப்பரோன் புரதங்கள் பொது உதவி தரும் புரதங்கள். பல்வேறு புரதங்களுக்கு அவற்றின் மடிப்பு செய்ய இவை உதவி தரும். சில சேப்பரோன் புரதங்கள் சிறப்புக் குணம் கொண்டவை. இவை குறிப்பிட்ட சில புரதங்களுக்கு மட்டுமே உதவிக்கு வரும். அவற்றின் புரத மடிப்புக்கு மட்டுமே உதவி புரியும்.

ஸ்ட்ராபெரி, வனிலா, சாக்லேட் என விதம்விதமான நறுஞ்சுவையூட்டப்பட்ட ஐஸ்கிரீம்போல ஒரே புரதம் சற்றே வெவ்வேறு வகையில் மடிக்கப்படும்போது சற்றே தன்மை மாறிய விதம்விதமான புரதங்கள் தயார் ஆகும். இவற்றைப் புரத ஐசோஃபார்ம்கள் என்பார்கள். புரத மடிப்பு தவிர வேறு சில வேறுபாடுகளின் தொடர்ச்சியாகவும் புரத ஐசோஃபார்ம்கள் உருவாகலாம். மனித ஜீனோமில் சுமார் 94 சதவிகித ஜீன்கள் பற்பல புரத ஐசோஃபார்ம்களை வெளிபடுத்துகிறது எனக் கண்டுபிடித்துள்ளனர்.

கைக்குழந்தைக்கு ரசம் வைக்கும்போது மிளகாய் காரம் குறைவாகவும் சற்றே நெய் தூக்கலாகவும் தருவோம். நீரிழிவு நோய் உள்ளவர்களுக்கு காபி தயாரிக்கும்போது சர்க்கரை இடாமல் தருவோம். அதுபோல கருவாக இருக்கும்போது செல்கள் வெளிப்படுத்தும் புரத ஐசோஃபார்ம்கள் வளர்ச்சி அடைந்த

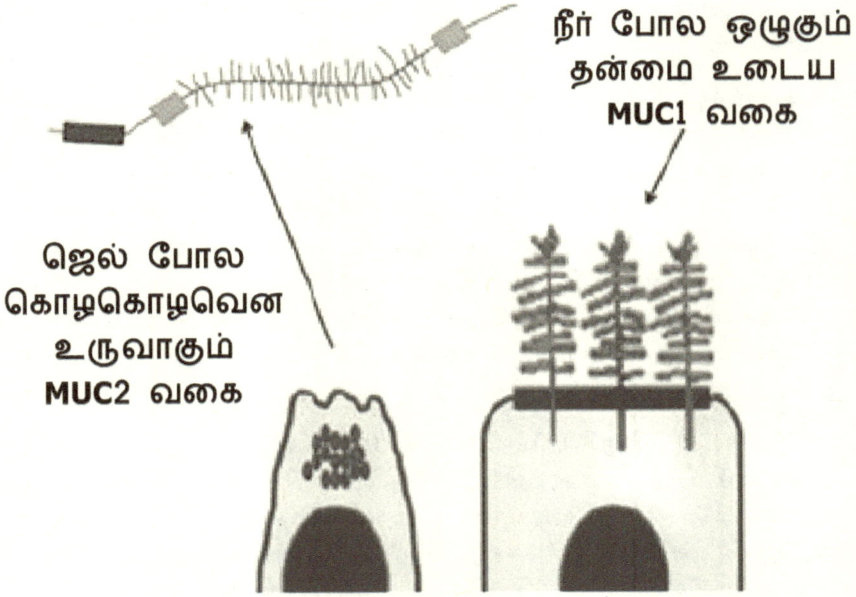

மியுஸின் புரத ஐசோஃபார்ம்கள்

நிலையில் வெளிப்படும் புரத ஐசோஃபார்ம்களோடு வேறுபடுகிறது. மேலும் பல்வேறு திசுக்களில் உள்ள செல்கள் அவற்றின் இருப்பிடம் சார்ந்து வெவ்வேறு வகை புரத ஐசோஃபார்ம்களை வெளிப்படுத்துகின்றன.

மூக்கு சளி, மார் கோழை இவை சில சமயம் நீர்த்தும் சில சமயம் கட்டியாகவும் வெவேறு நிறத்திலும் காணப்படுகின்றன அல்லவா? நுரையீரலில் உருவாகும்போது கோளை (phlegm) என்றும் மூக்குப் பகுதியில் உருவாகும்போது சளி (mucus) என்றும் கூறுகிறோம். சளி என்பது மியுஸின் (mucins) என்கிற புரதமும் நீரும் கலந்த கலவைதான்.

புல் வடிவம்போல நடுவே நீண்ட தண்டும், இடையிடையே சிறிய கிளைகளும் கொண்ட வடிவில் மியுஸின் இருக்கும். நீருடன் கலக்கும்போது ஜெல் போன்ற பாகுநிலையான திரவமாக மாறும். சுவாசப் பாதையில் நுழையும் வைரஸ் பாக்டீரியா மற்றும் சிறு நுண் தூசு துகள்கள்மீது படர்ந்து கொள்ளும்.

சில சமயம் சளி அடர்ந்து கட்டியாகவும் சில சமயம் நீர்த்தும் காணப்படுகிறது. சில சமயம் அடர்பச்சை நிறத்திலும் சில சமயம்

வெளிர் நிறத்திலும் காணப்படுகிறது. இவை எல்லாம் மியுஸின் (mucins) எனும் புரதத்தின் ஐசோஃபார்ம்களின் கைவரிசைதான். பல்வேறு வகை மியுஸின் புரத ஐசோஃபார்ம்கள் உதவியினால் தான் பாக்டீரியா வைரஸ் தூசு எனப் பல்வேறு வகை மாசுகளை சுவாசப்பாதையில் அகற்ற முடிகிறது.

அக்டின் (Actins) எனும் புரதம் பாலூட்டி விலங்குகளில் ஆறு வகை புரத ஐசோஃபார்ம்களாக உள்ளது. இவற்றில் பீட்டா அக்டின் (β-actin) மற்றும் காமா அக்டின் (γ-actin) ஆகிய இரண்டும் முக்கியமானவை. இரண்டும் செல்களின் வடிவத்தை உறுதி செய்யும் சைட்டோஸ்கேலிடன் உருவாக்கத்தில் முக்கிய பங்கு வகிக்கின்றன. இவற்றின் அமினோ அமிலச் சங்கிலி சுமார் 376 அமினோ அமிலங்கள் உள்ளன. இந்த இரண்டு புரத அமினோ அமில சங்கிலியில் வெறும் நான்கே நான்கு அமினோ அமிலங்கள் தாம் வேறுபட்டுள்ளன. இந்த சிறு வித்தியாசம் காரணமாகப் பீட்டா அக்டின் புரத்தை ரைபோசோம் அசெம்ப்ளி தயார் செய்ய முடியும். ஆனால் காமா அக்டின் புரதத்தை சிறப்புவகை ரைபோசோம்கள் தான் தயாரிக்க முடியும். ரைபோசோம் அசெம்ப்ளி தயாரிக்க முடியாது. எனவே குறிப்பிட்ட நேரத்தில் பீட்டா அக்டின் உற்பத்தி அளவு காமா அக்டின் உற்பத்தி அளவைவிட கூடுதலாக இருக்கும்.

சில புரத ஐசோஃபார்ம்கள் உடலியக்கத்துக்கு நன்மை என்றா சில தீங்கை ஏற்படுத்துகின்றன. PFKFB3 என்ற புரதத்தின் மடிப்பி ஏற்படும் மாற்றத்தின் விளைவாக உருவாகும் புரத ஐசோஃபா கேன்சருடன் தொடர்புடையது எனக் கண்டுபிடித்துள்ள கேன்சர் செல்களில் PFKFB3 எனும் மெட்டபாலிக் என் புரதத்தின் ஐசோஃபார்ம் உருவாகிறது. அந்தச் செல்கள் கூ குளுகோஸை புசிக்கின்றன. கூடுதல் குளுகோஸ் உட்கொண் சடசடவென அந்தச் செல்லில் செல் பிரிதல் ஏற்பட்டு ச புதிய மகவுச் செல்கள் பிறக்கின்றன. இவ்வாறு செல்கள் இயல்புக்கு அதிமாகக் குவிவது கேன்சர். பிஞ்சில் பழு இனிக்காது; அதுபோல இயல்புக்கு மீறி விரைவாக செல்கள் குறைபாடு கொண்டதாக இருக்கும்.

மடிப்பு வடிவம் இழந்து புரதம் வெறும் அமி சங்கிலியாகத் தொடரும்போது அதனை இய (Denatured) புரதம் என்பார்கள்.

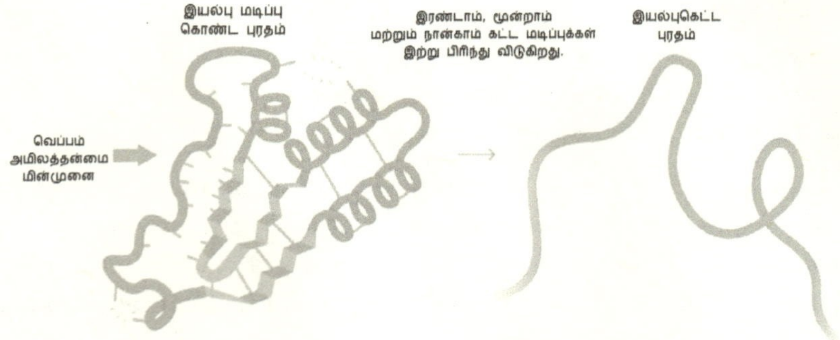

ரைபோசோம்மில் புரதம் கோர்க்கப்படும் அந்தக் கணத்தில் இயல்பு கெட்ட புரதமாகதான் வெளிப்படும். ஆயினும் விரைவில் அதன் முதன்மை இரண்டாம், மூன்றாம் கட்ட வடிவம் ...ற்பட்டுவிடும். சில சங்கிலிகளின் கூட்டு வடிவம் எனில் ...பகுதியில் நான்காம் கட்ட வடிவம் ஏற்படும்.

...ல்களின் உள்ள pH மற்றும் வெப்பநிலை தாக்கத்தின் ...ாக இயல்பாகவே பல சமயம் புரதங்கள் தம் வடிவத்தை ...இயல்பு கெட்ட புரதமாக மாறிவிடும். சில புரதங்களில் ...கட்ட புரதம் மறுபடி தன் இயல்பு மடிப்பு நிலைக்கு ... சில புரதங்களில் ஒருமுறை இயல்பு மடிப்பு ...ல் மறுமுறை அவை மடிப்பு பெற்று செயல்திறன் ...ாக மாறாது. அதேபோல புரதத்தின் செயல்பாடு ...ன் வடிவம் இழந்து இயல்பு கெட்ட புரதமாக ... வடிவத்தைப் பெற முடியாமலும் தன் பணி ... கெட்ட புரதங்களையும் அகற்ற செல்களில் ...ல்புகெட்ட புரதங்களை துண்டு துண்டாக ...ங்களைப் பிரித்து எடுத்து செல்லுக்குள்

...தன் உயிரி செயல்பட்டு திறன். கத்தி ...க நறுக்க முடியாது. ஸ்க்ரூ மறை ...விடும். அதுபோல புரத சங்கிலி ...வினை புரிய முடியாது. அதன் ...ால் அதன் செயல் குணம்

வெப்பம் கூடும்போது புரதங்களின் வடிவத்தை ஏற்படுத்தும் வலுவற்ற வேதிவினை பிணைப்புகள் பிரிந்துவிடும். எனவே புரதங்களின் வடிவம் அழிந்து அவை இயல்பு கெட்ட நிலைக்கு வந்துவிடும். நீரை கொதிக்க விடும்போது சற்று நேரம் வெப்பநிலையில் இருப்பதால் பாக்டீரியாவின் புரதம் மறுபடி தன் உருவை மீட்டுக்கொள்ள முடியாது. கிருமிகள் அழிந்துவிடும். எனவேதான் கொதிக்கும் நீரில் பாக்டீரியா போன்ற நுண்ணுயிரிகள் அழிந்துவிடும்.

இந்த அறிவின் துணையோடு கொரோனா வைரஸ் போன்ற கிருமிகளுக்கு எதிரான நமது செயல்பாடுகளை உருவாக்குகிறோம். பல புரதங்களின் வடிவத்தை ஆல்கஹால் மாற்றிவிடும். ஆல்கஹால் கலந்த சானிடைசர் பயன்படுத்தும்போது கொரோனா வைரஸ் போன்ற வைரஸ் புரதங்கள்மீது ஆல்கஹால் படிந்து அதன் புரதங்களின் வடிவத்தை இழக்கச் செய்கிறது. வடிவம் இழந்த இயல்பு கெட்ட (Denatured) கொரோனா வைரஸ் புரதம் அதன் செயல்திறனை இழக்கும். எனவே அந்த வைரஸால் உடலில் கிருமித் தொற்றை ஏற்படுத்த முடியாது.

18

கோலம் மாறினால்

விமானத்தின் இறக்கை வடிவம் மாறிவிட்டால் அதனால் பறக்க முடியாது. வாகனங்களின் வடிவம் காற்றைக் கிழித்துக்கொண்டு செல்லும்படியாக இருக்க வேண்டும். வடிவம் மாறிவிட்டால் காற்று உராய்வுத் தடை கூடி ஆற்றல் வீணாகும். புரதத்தின் வடிவத்தில்தான் அதன் சூட்சுமம் அடங்கியுள்ளது. எனவே புரத உற்பத்தியில் புரத மடிப்பு மிக முக்கிய நிகழ்வாகும்.

எடுத்துக்காட்டாக ஹீமோகுளோபின் புரதம் இரண்டு ஜோடி α மற்றும் β பாலிபெப்டைட் சங்கிலி கொண்டவை. இந்தச் சங்கிலி ஒவ்வொன்றிலும் சுமார் 150 அமினோ அமிலங்கள் வரிசை உள்ளன. அதாவது இந்தப் புரதத்தில் மொத்தம் சுமார் 600 அமினோ அமிலங்கள் உள்ளன. சங்கிலிகளும் பிணைந்து புரத மடிப்பு ஏற்படும்போது அது நான்முகத்திண்ம (tetrahedron) வடிவை பெருகிறது.

சங்கிலிப் பிணைப்பில் நான்கு இரும்பு அணு பிணைந்து கொள்ளும். நுரையீரலில் ரத்தம் செல்லும்போது, ஆக்ஸிஜன் மூலக்கூறு நான்முக வடிவ ஹீமோகுளோபின் புரதத்தின் நான்கு

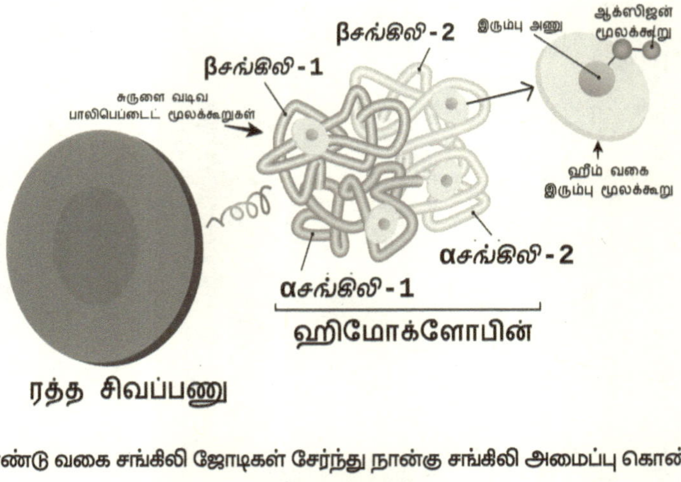

இரண்டு வகை சங்கிலி ஜோடிகள் சேர்ந்து நான்கு சங்கிலி அமைப்பு கொண்டது ஹீமோகுளோபின்

இரும்பு அணுக்களோடு ஒட்டிக்கொள்ளும். ரத்த ஓட்டத்தின் வழியே இந்த ஆக்ஸிஜன் உடலின் பல்வேறு பகுதிகளுக்கு எடுத்துச் செல்லப்படுகிறது. திசுக்களுக்கு ரத்தம் அடையும்போது அங்கே ஆக்ஸிஜன் பரிமாறப்படுகின்றன.

இதில் β பாலிபெப்டைட் சங்கிலியில் ஆறாவது இடத்தில் இயல்பில் குளூட்டாமிக் காடி அமினோ அமிலம் இருக்க வேண்டும். ஆனால் பிழையாக அந்த இடத்தில் வாலின் தொடுக்கப்படும்போது ஹீமோகுளோபின் புரதத்தின் புரத மடிப்பில் வேறுபாடு ஏற்பட்டுவிடுகிறது. மாற்றம் அடைந்த இந்த புரதத்தை ஹீமோகுளோபின்-S (Hemoglobin-S) அல்லது Hb-S என்று கூறுவார்கள். இயல்பு ஹீமோகுளோபினை Hb-A என்பார்கள்.

நீர் அளவு சரியாக இருந்தால் உதிரி உதிரியாகவும், சரியாக இல்லை எனில் ஒன்றுடன் ஒன்று ஒட்டிக்கொண்டு கட்டிக்கட்டியாக ரவா உப்புமா மாறிவிடுகிறதுபோல, Hb-S புரதங்கள் ஒன்றுடன் ஒன்று ஒட்டிக்கொண்டு இழை போன்ற வடிவமாகும். எனவே அந்தச் சிவப்பு ரத்த செல்களின் வடிவம் மாறிவிடும். இயல்பான Hb-A கொண்ட சிவப்பு ரத்த செல்கள் சப்பளாக்கட்டைபோல வட்ட வடிவில் இருபுறக் குழிவு கொண்டு இருக்கும். மாற்றம் அடைந்த ஹீமோகுளோபின் Hb-S கொண்ட சிவப்பு ரத்த செல்கள் அரிவாள்போல பிறை வடிவில் மாறிவிடும். அதாவது சுமார் 600 அமினோ அமிலங்களில் இரண்டே இரண்டு அமினோ அமிலங்கள் மாற்றம் அடைந்து விட்டபோதிலும் அதன் விளைவு அசாதாரணமானது.

சிறு நுண்ம ரத்த நாளங்களில் அரிவாள் வடிவ ரத்த செல்கள் செல்ல முடியாது. ஒன்றின்மீது வேறொன்று படிந்து ரத்த ஓட்டம் தடைபடும். என்வே மூச்சுமுட்டுதல், தலைவலி அடிவயிற்றில் வலியெனப் பல்வேறு உடல் உபாதைகள் ஏற்படும். இந்த ரத்த சோகை நோயைத்தான் அரிவாள் செல் சோகை அல்லது சிக்கில் நோய் (Sickle cell disease) என்பார்கள்.

சிக்கில் செல் சோகைபோல எல்லா மாற்றங்களும் உடல்குறையை ஏற்படுத்தும் எனக் கூற முடியாது. சில மாற்றங்கள் அந்த உயிரிக்குச் சாதகமாக இருக்கக்கூடும். சில மாற்றங்கள் சாபம்; சில வரம்.

குளிர்கால ஒலிம்பிப் போட்டியில் தங்கபத்தக்கம் வாங்கிய பின்லாந்தை சார்ந்த ஈரோ மண்டிரண்டா (Eero Mantyranta) மருந்து

ஊக்கிகளை பயன்படுத்தினாரென குற்றச்சாட்டு எழுந்தது. அவரது ரத்தத்தை பரிசோதனை செய்தபோது கூடுதல் செறிவில் சிவப்பு ரத்த அணுக்கள் இருந்தன. EPO என்ற ஹார்மோனை செயற்கையாக எடுத்துக்கொண்டால் ரத்த செல்கள் செறிவு கூடும். தான் எந்தக் குற்றமும் செய்யவில்லை என மறுத்த மண்டிரண்டாவை யாரும் நம்பவில்லை.

பின்னர்தான் மரபணுப் பரிசோதனை செய்தபோது அவரது உடலில் ஏற்பட்ட திடீர் மரபணு மாற்றம் காரணமாக அவரது EPO ஏற்பி புரதங்களில் மரபணு மாற்றம் ஏற்பட்டுள்ளது வெளிப்பட்டது. EPO ஏற்பி புரத மடிப்பு சற்றே மாற்றம் அடைந்தது.

சிலருக்கு லேசான வாசம் அடித்தாலும் முகரும் திறன் இருக்கும். அதுபோல மரபணு மாற்றம் காரணமாக அவரது உடலில் EPO ஏற்பியின் செயல்திறன் கூடியது. எனவே இயல்பில் உடல் தயாரிக்கும் சிறிதளவு EPO புரதத்தை எளிதில் ஏற்பி இனம் காண முடிந்தது. எனவே அவரது உடல் கூடுதல் செறிவில் சிவப்பு ரத்த அணுக்களை உற்பத்தி செய்தது. கூடுதல் செறிவில் சிவப்பு ரத்த செல்கள் கொண்ட அவரின் தாங்குதிறன் கூடி போட்டியில் சோர்வடையாமல் வெகுதொலைவு பனிச் சறுக்கு ஸ்கேட்டிங் செய்ய முடிந்தது.

புரத மடிப்பில் வேறுபாடு பல்வேறு வகையில் ஏற்படலாம். மரபணு வரிசையில் ஏற்பட்ட திடீர் மாற்றம் காரணமாக ஏற்படுவது சிக்கில் செல் சோகை. சில சமயம் ரைபோசோம் தவறான அமினோ அமிலத்தைப் பிணைத்து பிழை செய்ய வாய்ப்பு உள்ளது. ஆயிரம் புரதங்களில் ஒரு புரதம் என்ற விகிதத்தில் ரைபோசோம் பிழை செய்யும். இப்பிழைகள் பெரும்பாலும் செல்லின் தரக்கட்டுப்பாட்டு அமைப்பு உணர்ந்து அழித்துவிடும். சில சமயம் பிழையான மடிப்பு கொண்ட புரதம் உருவாகிவிடும். செல்களில் உள்ள குறைபாடு காரணமாகக் கூட சரியான மடிப்பு ஏற்படாமல் போகலாம். பிழை மடிப்பு கொண்ட புரதங்கள் அளவு கூடும்போது அது உடலியக்கத்தை பாதிப்பு செய்து நோயை ஏற்படுத்தும்.

புற்றுநோய் போன்ற பல்வேறு நோய்களின் பின்புலத்தில் தனித்திறன் வாய்ந்த குறிப்பிட்ட வகை புரதங்களின் பற்றாக்குறை தான் காரணம். மேலும் சீராகப் புரத மடிப்பு ஏற்படாமல் தவறாக மடிக்கும்போது நீர்வெறுப்புள்ள பகுதிகள் கூடுதலாகப் புரதங்களின்

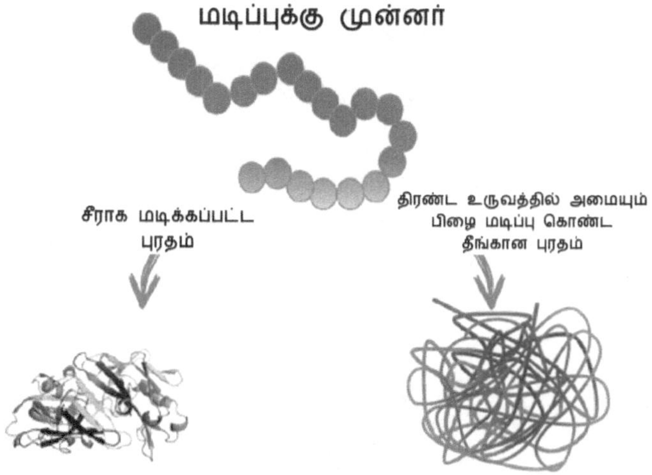

வெளிப்புறத்தில் துருத்தி நிற்கும். செல்லின் உள்ளே சுமார் அறுபது சதவிகிதம் நீர். எனவே நீர்வெறுப்புள்ள புரத முனைகள் மற்ற புரதங்களின் நீர்வெறுப்புள்ள பகுதியோடு ஒட்டிக்கொள்ளும். நீரில் டிடர்ஜென்ட் சோப்பு மூலக்கூறுகள் ஒன்றுடன் ஒன்று பிணைந்து மிசேல் என்கிற நுண் கோள வடிவக் கட்டிகளாக மாறுவதுபோல புரதங்கள் ஒன்றுடன் ஒன்று பிணைந்து கட்டிகட்டியாக மாறும். அல்ஸைமர் போன்ற பெரும்பாலான நரம்பியல்சார் நோய்களுக்கு மூல காரணம் முறையற்ற புரத மடிப்புகள்தான்.

பெரும்பாலும் புரத மடிப்புக் கோளாறு திடீர் மரபணு மாற்றத்தின் விளைவாக மரபணுத் தொடரில் ஏற்படும் மாற்றத்தின் தொடர்ச்சியாக ஏற்படும். எனவே புரத மடிப்பு நோய்கள் பெரும்பாலும் பரம்பரை நோய்களாக இருக்கின்றன.

சிக்கில் செல் ரத்த சோகைபோலவே புரத மடிப்பு பிழையின் காரணமாக ஏற்படும் வேறொரு நோய் *FFI* எனப்படும் உயிருக்கு ஆபத்து விளைவிக்கும் தூக்கக் கோளாறு நோய் (*Fatal familial insomnia FFI*). உறக்கமின்மை என்ற நோயிலிருந்து துவங்கி மெல்ல மெல்ல சாவை ஏற்படுத்திவிடும். பிரையான் (*prion-PrP*) புரதம் என்கிற புரதத்தில் ஏற்படும் மடிப்புக் கோளாறு காரணமாக இந்த நோய் ஏற்படுகிறது.

ஒரு துளி தயிர் பட்டால் போதும், பால் முழுவதும் தயிர் ஆவது போல் *PrP* புரதத்தில் மடிப்புக் கோளாறு ஏற்பட்டால் அது ஏனைய பிரையான் புரதங்களிலும் தாக்கம் செலுத்தி அவற்றின்

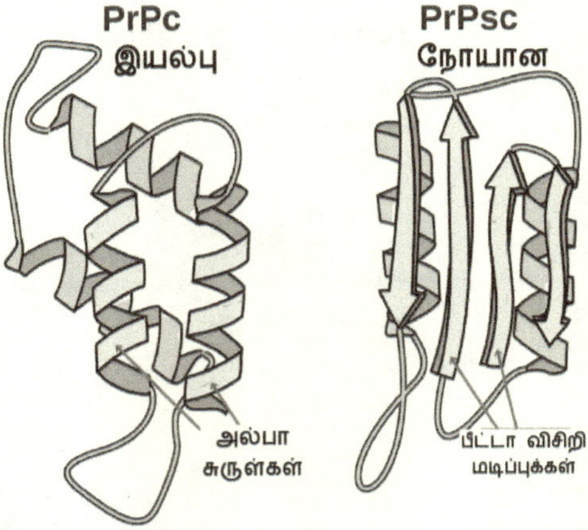

தூக்கக் கோளாறு நோய் ஏற்படுத்தும் பிழை மடிப்பு புரதம்

மடிப்பிலும் கோளாறு செய்துவிடும். அதுமட்டுமல்ல. ஒருவரிடமிருந்து நோய்க் கிருமி வைரஸ் பாக்டீரியா மற்றவருக்குப் பரவி நோய் ஏற்படுத்துவதுபோல ஓர் உயிரியிடமிருந்து மற்ற உயிரிக்குப் பரவி நோய் ஏற்படுத்த முடியும் எனக் கருதுகிறார்கள்.

19

மனித ஜினோம் வரிசை

புத்தகத்தை எடுத்துப் பக்கத்தைத் திருப்பி எழுத்துக் கூட்டிக் கூட்டி படிப்பதுபோல உயிரி வேதியல் எழுத்துக்களில் எழுதப்பட்டுள்ள ஜினோம் வரிசையைப் படிக்க முடியாது. பாரம்பரிய முறையில் சிறு துணுக்கு டி.என்.ஏ. வரிசையைத்தான் படிக்க முடியும்.

டி.என்.ஏ.வை பல்வேறு அளவுகளில் துண்டு துண்டாக வெட்டி விடுவார்கள். சிறு துண்டை எழுத்து எழுத்தாகப் படிக்க முடியும். குறுக்குவெட்டுப் புதிர் துண்டுகளைச் சரியாகப் பொருத்தி புதிரை விடுவிப்பதுபோல டி.என்.ஏ. துண்டுகளை ஒன்றுடன் ஒன்று பொருத்தி வரிசையை இனம் காண்பார்கள். திருக்குறள் நூலை பல ஆயிரம் துண்டுகளாக வெட்டி விட்டு துண்டுகளைப் பொருத்தி திருக்குறள் நூலை மறுபடி உருவாக்குவதுபோல கடினமான பணி இது.

யானையின் குறுக்குவெட்டுப் புதிர் எனக் கொள்வோம். அதில் துண்டுகளில் தும்பிகையின் பகுதிகள் காணப்படும். இரண்டு கண்கள், இரண்டு பெரிய காதுகள் என யானையின் பல்வேறு உடல் பாகங்கள் அல்லது உடல் பாகங்களின் பகுதி குறுக்கு வெட்டு புதிர் துண்டுகளில் இருக்கும். தும்பிக்கைகளை ஒன்றின் பின் ஒன்றாகப் பொருத்தி, இரண்டு காதுகளை இரண்டு பக்கம் வைத்துப் புதிருக்கு விடை காணலாம். கடினம் என்றாலும் இயலும். இதுபோலத்தான் ஜினோம் துண்டுகளில் உள்ள மேற்பொருந்தும் பகுதிகளைப் பொருத்தி ஒரு துண்டை மற்றொரு துண்டுடன் இணைப்பார்கள். இதுபோல எல்லா துண்டுகளையும் பிணைத்து இறுதி வரிசை செய்வார்கள்.

ஆனால் ஜினோமின் சுமார் 45% பகுதி மீள் வரிசைகள் கொண்ட பகுதி. இந்தப் பகுதியைத் துண்டு செய்யும்போது பல தடவைகள் பல துண்டுகள் ஒன்றுபோலவே இருக்கும். யானையின் குறுக்குவெட்டு புதிர் துண்டுகள் ஒவ்வொன்றும் வெவ்வேறு உடல் பாகத்தை கொண்டு தனித்துவமாக இருக்கும். சீராக வெட்டப்பட்ட

புல்தரை படத்தை குறுக்குவெட்டு செய்தால் பல துண்டுகள் ஒரே காட்சியைத் தான் காட்டும் அல்லவா? இவற்றில் இரண்டு துண்டுகளில் வேறுபாடு ஏதும் இருக்காது. எனவே மீள் வரிசை மறுபடி மறுபடி வரும் பகுதிகளில் எந்தத் துண்டு குறுக்குவெட்டுப் புதிரில் எந்தப் பகுதிக்குச் செல்லவேண்டும் என்பது குழப்பமாக அமையும்.

மனித ஜினோம் வரிசையில் உள்ள மீள் வரிசைகளை படித்துத் தொகுத்து முழு ஜினோம் வரிசை செய்வது பெரும் சங்கடமாக இருந்தது. மேலும் எரிகிற தீயில் எண்ணெய் ஊற்றுவதுபோல புரதக் குறிமுறையற்ற ஜினோம் பகுதியில் தாவும் மரபணு என்று ஒரு பகுதி உள்ளது. மரத்துக்கு மரம் குரங்கு தாவுவதுபோல இது செல் பிரிதலின்போது, டி.என்.ஏ. பிரதிகள் உருவாகும்போது தன் இடத்திலிருந்து வேறு ஓர் இடத்துக்குத் தாவும். இவையும் ஜினோம் வரிசை குறுக்குவெட்டுப் புதிருக்கு விடை காண சவாலாக இருந்தது.

பல பத்தாண்டுகள் ஆயிரம் ஆய்வாளர்கள் இணைந்து மனித ஜினோம் வரிசையைப் படிக்க முயற்சி செய்து 2000இல் ஜினோம் வரிசையை 'அடிப்படையில் இனம் கண்டுவிட்டோம்' என அறிவிப்பு செய்தனர். எனினும் அன்று மனித ஜினோம் தொகுதியை முழுமையாக வரிசை செய்யவில்லை. சுமார் 15% ஜினோம், வரிசை படாமல் விடுபட்டு இருந்தது. மேலும் மேம்பட்ட வரிசையை 2001இல் வெளியிடப்பட்ட மனித ஜினோம் வரிசையில் 1,50,000 இடைவெளிகள் இருந்தன. 2013இல் மேலும் மேம்பட்ட GRCh38 எனும் ஜினோம் வரிசை வெளியிடப்பட்டது. இதிலும் 250 இடைவெளிகள் இருந்தன; சுமார் 8% ஜினோம் வரிசை விடுபட்டு இருந்தது.

மனித ஜீனோம் திட்டம் (Human Genome Project) செயல் பட்டபோது அதிகபட்சமாக 500 டி.என்.ஏ. எழுத்துக்கள் கொண்ட துணுக்கை மட்டுமே எழுத்துக்கூட்டிக் கூட்டி படிக்க முடிந்தது. இந்தச் சிறு துணுக்குகளைப் பொருத்தி வரிசை செய்வது எளிதாக இருக்கவில்லை.

சமீபத்தில் உருவாகியுள்ள புதிய தொழில்நுட்பங்கள் புதிய சாதனையை சாத்தியமாக்கியுள்ளது. நானோபோர் மற்றும் பேக்பியோ-ஹாய்பி (PacBio HiFi) ஜினோம் வரிசை தொழில்நுட்பம் கொண்டு ஒரு லட்சம் முதல் பத்து லட்சம் எழுத்துக்களை

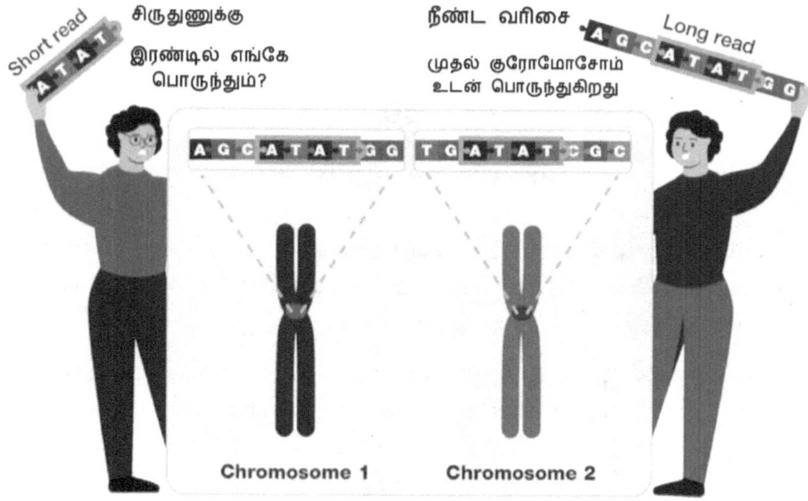

சிறு துணுக்கைப் பொறுத்த முயலும்போது அது பொருந்தும் படியாக ஒன்றுக்கும் மேற்பட்ட பகுதிகள் இருக்கும்; குழப்பம் விளையும்; குறுக்கு வெட்டு புதிரை தீர்வு செய்ய முடியாது. ஆனால் நீண்ட வரிசை என்றால் பெரும்பாலும் குறிப்பிட்ட இடத்தில் மட்டுமே பொருந்தும். எனவே புதிரை தீர்வு செய்வது எளிது.

எழுத்துக்கூட்டி வாசிக்க முடியும். இதன் காரணமாகவே பெரும் சாவலாக இருந்த 8% விகிதப் பகுதியையும் படித்து முழுமை செய்த ஜினோம் வரிசையைத் தயார் செய்துள்ளார்கள்.

இதன் பொருள் ஆயிரம் துண்டுகள் கொண்ட குறுக்கு வெட்டுப் புதிரை வெறும் நூறு துண்டுகள் கொண்டதாக மாற்றுவதுபோல. நூறு துண்டால் எனில், வெறும் சீராக வெட்டப்பட்ட புல்வெளிப் படம் என்றாலும் துணுக்குகளைப் பொருத்தி குறுக்குவெட்டுப் புதிரைத் தீர்வு செய்வது இயலும். அப்படித்தான் இந்த நீண்ட வரிசை வாசிக்கும் தொழில்நுட்பங்களைக் கொண்டு இடைவெளி இல்லாத ஜினோம் வரிசையை வெளியிட்டுள்ளனர்.

20

முடிவல்ல துவக்கம்

டெலோமியர்-டு-டெலோமியர் (T2T) கூட்டமைப்பு வெளியிட்டுள்ள இடைவெளியில்லாத T2T-CHM13 ஜினோம் வரிசை முடிவல்ல; புதிய தொடக்கம்.

இன்னமும் இந்த வரிசையில் சுமார் 0.3% சதவிகிதம் பிழைகள் இருக்க வாய்ப்பு உள்ளது எனக் கருதுகிறார்கள். இதைச் சீர் செய்யவேண்டும். மேலும் மேலும் T2T-CHM13யில் X குரோமோசோம் மட்டுமே வரிசை செய்யப்பட்டுள்ளது. Y குரோமோசோம் வரிசையை சமீபத்தில்தான் வெளியிட்டுள்ளார்கள்.

ஓடுகின்ற ரயிலைப் புகைப்படம் எடுப்பது போலத்தான் இன்று நாம் செய்யும் ஜினோம் வரிசைகள். இதில் இயக்கம் பதியப்படுவதில்லை. உள்ளபடியே ஜினோமின் வரலாறு திரைப்படம்போல.

விந்தணுவும் முட்டையும் கருவுற்று முதல் செல் பிறக்கும்போது, தாய், தந்தையிடமிருந்து வரும் ஜினோம் வரிசை சற்றே மாறுகிறது. ஒவ்வொரு பிரதியெடுப்பிலும், ஜினோம் வரிசை சிறிது சிறிதாக மாற்றியமைக்கப்படுகிறது. செல் பிரிதல் நிகழ்வுமூலம் புதிய ரத்த செல்கள் உருவாகும்போது ஆண்களில் வயது மூப்பு அடையும்போது Y குரோமோசோம் நகல் பதிவாவதில்லை. எனவே மூப்பு அடைந்த ஆணின் ரத்த செல்களில் வெறும் 22 ஜோடி குரோமோசோம்கள் மற்றும் இணையற்ற ஒரே ஒரு X குரோமோசோம் மட்டுமே பொதுவே இருக்கும். இப்படிப் பட்ட மாற்றங்கள் எதுவும் T2T-CHM13 வரிசையில் இல்லை.

குறிப்பிட்ட நபரின் குரோமோசோம்களை எடுத்துத்தான் T2T-CHM13 ஜினோம் வரிசை செய்யப்பட்டுள்ளது. அதாவது ஒரே ஒரு நபரின் ஜினோம். இதை தரப்படுத்தப்பட்ட உசாத்துணை என உலகம் முழுவதும் ஏற்க இயலுமா என்ற கேள்வி தொக்கி நிற்கிறது.

மேற்கு ஆப்ரிக்காவை சார்ந்த நைஜர்-காங்கோ பகுதியில் பால் தரும் கால்நடைகள் அரிது. எனவே உலகின் ஏனைய பகுதிகளில்

காலம் காலமாக பால் மூலம் கால்சியம் சத்தைப் பெறுவதுபோல இந்தப் பகுதியில் சாத்தியம் இல்லை. எனினும் இந்த பகுதியில் கால்சியம் சத்துக் குறைவால் ஏற்படும் எலும்புப்புரை (*osteoporosis*) நோய் குறைவு. இந்தப் பகுதியிலிருந்து பலரும் காலனிய கால கட்டத்தில் அமெரிக்காவுக்கு அடிமைகளாக எடுத்துச் செல்லப்பட்டனர். எனவே அமெரிக்க வெள்ளையர்களை ஒப்பிடும்போது ஆப்பிரிக்க அமெரிக்கர்கள் இடையே எலும்புப்புரை நோய் குறைவு. அதே சமயத்தில் புரோஸ்டேட் புற்றுநோய் ஆப்பிரிக்க அமெரிக்கர்கள் இடையே கூடுதலாக இருக்கிறது. இது ஏன் என ஆய்வு செய்தபோது வியப்பான செய்தி வெளிப்பட்டது. உணவில் உள்ள கல்ஷியத்தை குடலில் செரிமானம் செய்ய *TRPV6* எனும் புரதம் முக்கிய பங்கு ஆற்றுகிறது. ஆப்பிரிக்க அமெரிக்கர்கள் இடையே பொதுவாக *TRPV6* அல்லீல் ஜீன் உள்ளது. நீரை ஸ்பாஞ்ச் உறிஞ்சுவதுபோல இந்த அல்லீல் ஜீன் தயாரிக்கும் *TRPV6* புரதம் உணவில் உள்ள கால்சியத்தை செரிமானம் செய்யும். எனவே கால்சியம் குறைவான சூழலிலும் பற்றாக்குறை ஏற்படாது. ஆனால் இந்த அல்லீல் ஐரோப்பிய வெள்ளைய சந்ததியினரிடம் பரவலாக இல்லை. எனவே சில சமயங்களில் கால்சிய மாத்திரையை எடுத்துக்கொள்ள வேண்டிவரும். அளவுக்கு மிஞ்சினால் அமிர்தமும் விடமாகும். வெள்ளையர்களை மனதில் வைத்து கால்சிய செறிவான உணவு அமெரிக்க சூழலில் இருக்கிறது. அந்தச் சூழலில் *TRPV6* அல்லீல் கொண்ட ஆபிரிக்க அமெரிக்கர்கள் அளவு கடந்த கால்சியம் சேர்ந்து புரோஸ்டேட் புற்றுநோயை தூண்டுகிறது எனக் கருதுகிறார்கள்.

வெறும் வெள்ளையர்களின் ஜினோம் மட்டும் வரிசை செய்து அதிலிருந்து மட்டும் அனைவருக்கும் பொதுவான முடிவுகளை எடுப்பது மற்ற இனங்களை சார்ந்த மனிதர்கள் இடையே சிக்கலை ஏற்படுத்தலாம் என எச்சரிக்கை செய்கிறார்கள். எனவேதான் தற்போது *T2T* குழு மனித பல் ஜினோம் கூட்டமைப்பு (*Human Pangenome Reference Consortium*) உடன் இணைந்து சுமார் *300* நபர்களின் ஜினோமை வரிசை செய்ய புகுந்துள்ளனர். அந்தந்த நாடுகளிலும் அங்கே உள்ள பல்வேறு இனங்களைச் சார்ந்த நபர்களின் மரபணுவை வரிசை செய்யவேண்டும் என ஊக்குவிக்கின்றனர்.

21

மரபணுவின் கைப்பாவையா நாம்?

ஜினோம்தான் உயிரின் 'புளூபிரிண்ட்'. ஒரு செல் எப்படி இயங்க வேண்டும் என்ற 'ஆணை நிரல் (programme)' தான் ஜினோம்; எந்தெந்தச் சூழலில் எப்படி உயிரி இயங்க வேண்டும் என்ற 'நிரற்றொடர் (code) தான்' ஜினோம். மரபணுவை விளக்க நாம் பலரும் பயன்படுத்தும் உருவகங்கள் இவை. இந்த உருவகங்கள் ஒருபுறத்தில் எளிதில் விளங்கிக்கொள்ள உதவும் என்றாலும் பிழையான பல புரிதல்களை ஏற்படுத்தக்கூடும். ஒரு உயிரின் வளர்ச்சி, அதன் வாழ்வு, அதன் இயக்கம் அனைத்தையும் ஜினோம்தான் தீர்மானம் செய்கிறது என்றால் நாம் வெறும் ஜினோமின் கைப்பாவைதான்.

இந்த நூலிலும் சற்றே சுவை, மனம், மசாலா சேர்த்து டிஎன்ஏ தான் உயிரின் சூட்சுமம், டிஎன்ஏ உயிரியின் புளூபிரிண்ட், நமது தலைஎழுத்து டிஎன்ஏ வில் பொதிந்துள்ளது என்ற தொனி வருவதுபோல எழுதியுள்ளேன். டிஎன்ஏ மொழியை எளிமையாக அறிந்துகொள்ள இந்த உருவகம் உதவுகிறது என்பதில் ஐயமில்லை. எனினும் பிழையான பார்வைகளை இவை தூண்டக்கூடும் என இந்த நூலின் முதல் வரைவை வாசித்த நண்பர் முனைவர் கிருஷ்ணசாமி அவர்கள் சுட்டிக்காட்டினார். அவரது விமர்சனத்தின் தொடர்ச்சியாக இந்த விளக்கக் கட்டுரை.

பிறப்பும் வளர்ப்பும்

'புளூபிரிண்ட்' போன்ற உருவகத்தின் தொடர்ச்சியாக தலைமுடி சுருட்டை சுருட்டையாக வளர்வது மரபணுவின் கைவரிசை. ஒருவர் நெட்டையாக உள்ளாரா அல்லது குட்டையாக உள்ளாரா என்பதை ஜினோம் தீர்மானம் செய்கிறது. இதுபோன்ற உயிரியல் சார்ந்த தோற்றவமைப்புக்களை ஜினோம்தான் தீர்மானம் செய்கிறது என நாம் எளிதில் விளங்கிக்கொள்கிறோம். புளூபிரிண்ட்டில் எங்கு ஜன்னல் உள்ளதோ அங்கே ஜன்னல், எங்கு கழிவறை உள்ளதோ அங்கே கழிவறை என புளூபிரிண்டுக்கு ஏற்றபடிதானே வீடு அமையும்.

இதே உவமையின் உதவியோடு தோற்றவமைப்புகள் மட்டுமல்ல, வாழ்வு சம்பவங்களைக்கூட ஜினோம்தான் தீர்மானம் செய்கிறது என சிலர் கருதுகிறார்கள். குறிப்பிட்ட நபருக்கு கேன்சர் நோய் ஏற்படுமா? வைரஸ் போன்ற கிருமித் தாக்குதல்களைத் தாங்கும் வல்லமை கொண்டவராக இருப்பார்களா? இப்படி ஒரு குறிப்பிட்ட நபரின் வாழ்க்கை சம்பவம் எல்லாம் ஜினோமில் உள்ளது. எனவேதான் ஒரே குறிப்பிட்ட சூழலில் வாழும் ஒருவருக்கு பலமுறை கொரோனா நோய் தொற்றிக்கொள்ள... அதே சூழலில் உள்ள வேறு ஒருவருக்கு ஒருமுறைகூட கொரோனா அண்டுவதில்லை. இருவருக்கும் உள்ள வேறுபாடு அவர்களின் ஜினோமில் உள்ளது என்று சமாதானம் கூறுகிறார்கள். எந்த ஆணைத்தொடரைக் கொண்டுள்ளதோ அதற்கு ஒப்பதானே செயலி இயங்கும். அதேபோல குறிப்பிட்ட பாங்கு ஜினோம் இருந்தால் கொரோனவை எளிதில் அண்டவிடுவது இல்லை. வேறு வகை பாங்கு என்றால் எளிதில் தொற்றிக்கொள்கிறது என விளக்கம் அளிக்கப்படுகிறது.

தோற்றவமைப்பு, உடலியல் விளைவுகள் மட்டுமல்ல, நமது நடத்தைகளையும் ஜினோம் தான் தீர்மானம் செய்கிறது என இதே உருவகத்தைக் கொண்டு விளங்கிக்கொள்ள நாம் உந்தப்படுகிறோம். வாழ்க்கையில் அழுத்தங்கள் ஏற்படும்போது நிதானமாக செயல்படுகிறவர்கள் அல்லது எளிதில் பதற்றம் அடைபவர்கள் இடையே மரபணு வேறுபாடுதான் காரணம். அதாவது அந்தந்த நபரின் தலைவிதி அவரின் ஜினோமில் உள்ளது எனக் கருதுகிறோம்.

'புளூபிரிண்ட்', 'ஆணை நிரல் (programme)', 'நிரற்றொடர் (code) தான்' போன்ற உருவாக விளக்கத்தின் காரணமாக ஓர் உயிரின் வளர்ச்சிப்போக்குகள் அவற்றின் நடத்தை எல்லாவற்றையும் தீர்மானம் செய்வது அதன் ஜினோம் என நம்மில் பலரும் கருதுகிறோம். உயிரியல் ஆய்வாளர்கள் பலரும்கூட இதில் விதிவிலக்கு இல்லை.

செல்களின் புளூபிரிண்ட் டிஎன்ஏ எனும் கருத்து முன்னரே தீர்மானிக்கப்பட்ட முன்முடிவுகள் ஒவ்வொன்றாக வெளிப்படுவது தான் வளர்ச்சி என கருதத் தூண்டுகிறது. ஆனால் குறிப்பிட்ட மரபணுத் தொடர் வெவ்வேறு சூழல்களில் வெவ்வேறு புரதங்களைத் தயார் செய்கிறது. அமினோ அமில வரிசை மட்டுமே புரதக் கட்டமைப்பை முழுமையாக தீர்மானிப்பது இல்லை.

வெளிப்படும் பல்புரத மாலை எந்த வகையில் மடிப்பு பெறுகிறது என்பதும் முக்கியம். பல்புரத மாலை மடிப்பை ஜினோம் வரிசை கட்டுப்படுத்துவது இல்லை, மாறாக செல்லில் உள்ள செல் உறுப்புக்கள் போன்றவை தாக்கம் செலுத்தி அதன் தொடர்ச்சியாக அமினோ அமில மாலை வெவ்வேறு வகையான மடிப்பை பெற்று வகைவகையான புரதங்களாக மாறுகின்றன. வேறு வார்த்தையில் கூறினால் டி.என். ஏ வில் பொதிந்துள்ள தகவல் மட்டுமே என்ன புரதம், எவ்வளவு அளவு, எப்போது தயார் செய்யப்படும் என்பதை முழுமையாக தீர்மானம் செய்வதில்லை. அந்த உயிரினம் உள்ள நிலை, அதன் சூழல், அந்தக் குறிப்பிட்ட செல் உள்ள நிலை போன்ற பல புற சூழல்களும் தாக்கம் செலுத்துகிறது.

டிஎன்ஏதான் உயிரியின் 'நிரற்றொடர்' எனும்போது; பிறந்த உடனேயே அதன் எதிர்கால வளர்ச்சி பெருமளவு முன்தீர்மானம் செய்யப்பட்டு விட்டது என்ற பொருள் தருகிறது. இரண்டு கண்கள் உருவாகும்; ஐந்து விரல்கள் வடிவெடுக்கும்போன்ற உடலியல் அமைப்புகளை பெருமளவு ஜினோம்தான் தீர்மானம் செய்கிறது என்பதில் எந்தவித சந்தேகமும் இல்லை. அந்த நபர் வளர்ந்து வரும்போது அவரின் கண்பார்வை கூராக இருக்குமா அல்லது சிறு வயதிலேயே கண்ணாடி போடவேண்டி வருமா போன்றவை வெறும் மரபணுக்களின் கைவரிசை அல்ல. அவரின் கண் உறுப்பு. கண்பார்வை வளர்ச்சியை வெறும் மரபணுத் தீர்மானம் செய்வதில்லை. அந்த நபரின் தாய்க்குப் போதிய ஊட்டம் உள்ள உணவு கிடைத்ததா, அந்த நபர் வளரும்போது காற்றோட்டம், சூரிய ஒளி பரவும் வகையில் வாழ்விடம் இருந்ததா அல்லது நகரின் சேரிப்பகுதியில் இருண்ட அறைகளில் வளரும் அவலம் நிகழ்ந்ததா என எந்த வளர்ப்புச் சூழலும் அவரின் கண்பார்வை வளர்ச்சிமீது வலுவான தாக்கம் செலுத்தும். எனவே மரபணு மட்டுமே அவரின் உடலியக்க நிலையை முழுமையாக தீர்மானம் செய்துவிடுவது இல்லை. பிறப்பும் (மரபணு), வளர்ப்பும் (வாழ்க்கைச் சூழல்) இரண்டின் இயங்கியல் தாக்கமே நமது உடலின் வளர்ச்சி வரலாறு.

மரபணு மட்டுமே தீர்மானம் செய்கிறதா?

மூர்க்கத்தனம், வன்முறை நடத்தை ஒருவரின் வம்ச குணம். மரபணுவின் தாக்கத்தில் வருவது என எளிமையாகக் கருதுகின்றனர். மூர்க்க குணத்தை தரும் மரபணுகளாக பாங்கு தலைமுறை

தலைமுறைக கடத்தப்பட்டு அந்த வம்சம் மூர்க்க குணம் கொண்டு அமைந்து விடுகிறது என எளிமையாகக் கூறுவர். இதன் மறுபுறத்தில் 'புத்திசாலித் தனம்' அல்லது மேதமை குறிப்பிட்ட இனத்தின் குணம் என்ற பிழையான கருத்தை நாசூக்காக கட்டியமைக்க முடிகிறது.

வன்முறைக் குற்றங்கள் புரிபவர்கள், மூர்க்கத்தனமாகவும் நடத்தை கொண்டவர்களின் ஜினோமை பகுத்துத் தொகுத்து ஆய்வு செய்தபோது மோனோ அமைன் ஆக்சிடேஸ்-ஏ (MAO-A) என்ற மரபணு அவர்களின் ஜினோமில் குறை செயற்பாட்டு நிலையில் உள்ளது என ஆய்வாளர்கள் இனம் கண்டனர். இந்த ஆய்வில் எந்தப் பிழையும் இல்லை; பொய்யும் இல்லை. ஆயினும் குறை MAO-A செயற்பாட்டு நிலை கொண்ட அனைவரும் மூர்க்க நடத்தை கொண்டவர்கள் அல்லர். வன்முறை மிகுந்த குடும்ப சமூகச் சூழலில் வளரும் பல நபர்கள், அவர்களின் மரபணுக்கள் என்னாவாக இருந்தாலும், பெரும்பாலும் மூர்க்க குணம் மற்றும் வன்முறையை கைகொள்பவர்களாக இருக்கிறார்கள். வன்முறை ஓங்கிய குடும்பச் சூழல், ஈவு இரக்கமில்லாத; கொடூரமான சமூகச் சூழல் பலரையும், அவர்களுக்கு எந்த வகை ஜினோம் இருந்தாலும், மூர்க்க குணம் கொண்டவர்களாக மாற்றிவிடும். மறுபுறத்தில் அன்பும் அரவணைப்பும் கொண்ட குடும்பச் சூழல் மற்றும் அரவணைப்பு கொண்ட சமூகச் சூழலில் வளரும் குழந்தைகள் குறை MAO-A செயற்பாட்டு நிலை ஜினோம் கொண்டிருந்தாலும் மூர்க்க குண நடத்தை கொண்டவர்களாக வளர்வதில்லை. எனவே எல்லாம் 'பிறப்பு' அதாவது டிஎன்ஏவின் கைகளில் இல்லை. நமக்குக் கிடைக்கும் சமூக வாய்ப்பு, வளர்ப்புச் சூழல், அந்த உயிரின் வரலாறு, நடத்தை, குணங்களில் பெரும் தாக்கம் செலுத்துகிறது. ஆயினும் எளிமையாக ஜினோமில் உள்ள மரபணுக்கள் கயிறுகளை இழுத்து அசைக்க அதற்கு ஏற்ப நடனமாடும் வெறும் பொம்மலாட்ட கைப்பாவைதான் நாம் எனப் பலரும் பிழையாகக் கருதி விடுகிறோம்.

கடிகாரத்தில் குறிப்பிட்ட நேரத்தில் அலாரம் அடிக்க வேண்டும் என முடிக்கி வைத்தால் போதும். குறிப்பிட்ட நேரம் வந்ததும் தானே கடிகாரம் அலாரம் அடிக்கத் துவங்கும். அதுபோல ஜினோம் ஆணை நிரல்களின் செயலாக்கத்தின் தொடர்ச்சியாக செல்கள் பிரிந்து புது செல்கள் உருவாதல், அப்படி உருவான செல்கள் நகர்ந்து அவை சென்று சேரவேண்டிய இடத்துக்குச்

சென்ற பின் அந்தத் திசுவின் செல்லாக மாறுதல் போன்ற உடலுக்குள் நுணுக்கமாக நடைபெறும் உடலியல் நிகழ்வுகள் நிகழ்கின்றன என எளிமையாக விவரிக்கப்படுகிறது. ஆயினும் 1980களில் ஜே.எல். மார்க்ஸ் ஆப்ரிக்காவைச் சேர்ந்த ஜெனோபஸில் எனும் ஒரு நீர்வாழ் தவளைமீது நடத்திய ஆய்வு இந்த எளிமையான புரிதலை தவிடுபொடியாக்கியுள்ளது. புதிதாக உருவான செல்களின் அருகே உள்ள செல்கள் கொடுக்கும் இடை நெருக்கடி, செல்களுக்குள் நடைபெறும் வேதிவினைகள், ஈர்ப்பு விசை போன்ற பல்வேறு உயிரிஇயற்பியல் கூறுகளும் எந்த செல் எந்த சமயத்தில் செல்பிரிதல் வினையில் ஈடுபடும் போன்ற செலின் 'தலைவிதியை' தீர்மானம் செய்கிறது எனக்கண்டார். அதாவது ஜினோமில் உள்ள ஆணை நிரல்கள் அந்த குறிப்பிட்ட செல் வாழும் நிலையை கணக்கில் கொண்டுதான் செயல்படுகிறது. எனவே ஜினோம் மட்டும் அதன் 'தலைவிதியை' தீர்மானம் செய்துவிடுவது இல்லை.

பிறந்த கைக்குழந்தையின்மீது வளர்ப்பு (சூழலின்) தாக்கம் குறைவாகத்தான் இருக்கும்; அதன் நடத்தை பெருமளவு மரபணுவின் விளைவாக இருக்கும் என நாம் கருதலாம். கர்ப்பம் அடைந்த நிலையில் கடைசி மூன்று மாதங்கள் தனது நண்பர்கள் கூறினார்கள் எனக் கூடுதலாக கேரட் ஜூஸ் குடித்த தாய்மார்களின் குழந்தைகள் கேரட் சுவை மணம் கொண்ட உணவைப் பெரிதும் விரும்புகின்றன என ஓர் ஆய்வு தெரிவிக்கிறது. அந்த குழந்தைகளின் கேரட் விருப்பத்தை நாம் எளிதில் மரபணுவின் தாக்கம்; தாயின் விருப்பம் மகவுக்குப் படர்ந்துள்ளது எனப் பிழையாக கருதுத் தூண்டப்படுவோம். உள்ளபடியே தாயின் வயிற்றில் சுவைத்த உணவைதான் குழந்தை விரும்புகிறது. கர்ப்பப்பையும் அந்தக் குழந்தையின் வளர்ப்புச் சூழல் எனக் காணத் தவறி விடுகிறோம். மரபணு, வாழ்விடம், அந்த உயிரியின் உடல், மாறிவரும் சூழல் எனப் பல கூறுகளின் சிக்கலான சேர்ந்திசைதான் உயிரியின் வாழ்க்கை வரலாறு.

மரபணுவும் சூழலும்

ஏன் ஆட்டுக்குட்டியை ஒப்பிட்டால் சிங்கம் வேறுபடுகிறது; சிம்பான்சியை ஒப்பிட்டால் ஏன் மனிதன் வேறுபடுகிறார். இந்தக் கேள்விக்கு விடை அவற்றின் ஜினோம் வேறுபட்டு இருப்பதால் தான் என்பதில் சந்தேகம் இல்லை. ஆனால் ஏன் ஓர் ஆட்டுக்குட்டி

மற்றொரு ஆட்டுக்குட்டியிலிருந்து வேறுபடுகிறது என்ற கேள்விக்கு ஜினோம் வேறுபாடு மட்டுமே பதிலளித்துவிட முடியாது என அறிவுறுத்துகிறார் ரிச்சர்ட் சார்லஸ் லெவோன்டின். இரண்டு ஆட்டுக்குட்டிக்கு இடையே உள்ள வேறுபாட்டை விளக்குவதற்கு மரபணு வேறுபாட்டு ஓரளவு பதில் தரும் என்றாலும், இரண்டு ஆட்டுக்குட்டிகளின் வளர்ச்சி வரலாறு ஏற்படுத்தும் தாக்கம் தான் பெரிது. வாழும் சூழல், சந்தித்த தற்செயல் நிகழ்வுகள் போன்றவை இரண்டு ஆட்டுக்குட்டிகள் மத்தியில் தனிச்சிறப்பு வேறுபாடுகளை ஏற்படுத்தி இரண்டு ஆடுகளும் தனித்துவம் வாய்ந்த உயிர்களாக உருவாகின்றன.

பாக்டீரியா போன்ற உயிரியில் செல் பிரிதல் வழியே புது பாக்டீரியாக்கள் உருவாகின்றன. விலங்குகளில் விந்துவும் கருவும் இணைந்து குழந்தை உருவாகிறது. கரு உருவாவது முதற்கொண்டு அதில் கண், காது, இதயம், கணையம் போன்ற உறுப்புக்கள் வளர்ச்சி அடைகின்றன. பின்னர் கரு முதிர்ச்சியடைந்து குழந்தை பிறக்கிறது. பிறக்கும் குழந்தை வளர்ச்சி அடைந்து அதன் இளம் பருவத்தை எட்டுகிறது. பின்னர் வயது மூப்பு அடைகிறது. குறிப்பிட்ட உயிரியின் இந்த வளர்ச்சி வரலாறு (ontogeny) அந்த உயிரியின் ஒவ்வொரு செல்லில் பொதிந்துள்ள ஜினோமின் வெளிப்பாடு மட்டுமல்ல. வளர்ச்சியுறும் கட்டத்தில் அந்தந்தச் சமயத்தில் உள்ள வளர்ப்பு சூழல் அந்த உயிரின் வளர்ச்சி வரலாற்றில் தாக்கம் செலுத்தும். எடுத்துக்காட்டாக, கர்ப்பக்காலத்தில் போதிய ஊட்டம் இல்லை என்றால் மூளை வளர்ச்சியைப் பாதிக்கும். வளர்ச்சி அடையும்போது தற்செயலாக ஏற்படும் திடீர் மரபணு மாற்றங்களும் அந்த உயிரின் வாழ்க்கை வரலாற்றைத் தீர்மானம் செய்யும். எனவே கருவுறும்போது அந்த உயிரி பெறும் மரபணு மட்டுமே அந்த உயிரின் தலைவிதியை தீர்மானம் செய்வது இல்லை.

தாம் உயிர் வாழ எல்லா உயிரிகளும் தங்களைச் சுற்றியுள்ள இயற்கை உலகை நுகர்கின்றன. இந்த நுகர்ச்சிகள் எல்லாம் ஏதோ வகையில் உற்பத்தியும் ஆகும். உணவு உண்டு அந்த உயிரியின் உடல் வளர்ச்சியுறுகிறது. இது ஒரு வகையில் உற்பத்திதானே. அதேபோல அசுவினி அல்லது செடிப்பேன் கழிவாக வெளியிடும் தேன்துளி எறும்புக்கு உணவு ஆகும். அதாவது எல்லா உயிரிகளும் தாம் வாழத் தம்மைச் சுற்றியுள்ள இயற்கையை/ சூழலை மாற்ற வேண்டும். அவ்வாறு மாற்றும்போது தமது சொந்தவாழ் சூழலை

மட்டுமல்ல, மற்ற உயிரிகளின் வாழ்சூழலையும் மாற்றுகிறது. தனது இருத்தல் தேவைக்காக நீரோடையின் மீது ஒரு நீர்நாய் அணை கட்டும்போது, அது ஓர் ஏரியை உருவாக்குகிறது. ஏரி இல்லாமல் இருந்த அந்த சூழல் இப்போது மாற்றம் அடைந்து விடுகிறது. நூற்றாண்டுகள் தொடர்ந்து அந்தப் பகுதியில் நீர்நாய் தொடர்ந்து வாழ்ந்தால் அந்தப் பகுதி காலப்போக்கில் சதுப்பு நிலமாக மாறிவிடும். அந்த பகுதில் வாழ்ந்த அனைத்து உயிரிகளும் இந்தப் புதிய மாற்றத்துக்கு ஈடுகொடுத்து தான் நிலைநிற்க வேண்டும். பரிணாம வளர்ச்சி அடையவேண்டும்.

உயிரிகளின் இயக்கம் அவற்றின் வாழ்விட சூழலை மாற்றும் என்றால் வாழும் சூழல் ஜினோமை மாற்றும் வலிமை கொண்டது. பதப்படுத்தப்பட்ட சர்க்கரை செறிவாக உள்ள உணவுப் பொருள்கள் சூழ்ந்துள்ள சமூகத்தில் நாம் வாழ்கிறோம். கூடுதல் சர்க்கரை செறிவான உணவு உடல் பருமன்கூட வழிவகுக்குகிறது. விலங்குகளில் நடத்தப்பட்ட ஆய்வில் சர்க்கரை செறிவான உணவு நிலைமை உடல் பருமனைத் தூண்டும் மூலக்கூறு பொறிமுறையை கண்டுபிடித்துள்ளனர். கூடுதல் சர்க்கரை பொருள் கொண்ட உணவைத் தொடர்ந்து உண்ணும்போது *PRC2.1* எனும் புரத அமைப்புச் செயல் தூண்டப்படுகிறது. இந்தப் புரத அமைப்பு வெளியிடும் வேதிப்பொருள் சுவை உணர்வை உணரும் மூளை நியூரான் செல்களின் ஜின் இயக்கத்தை மேலாண்மை செய்கிறது. *PRC2.1* புரத அமைப்பு கூடுதல் சர்க்கரை செறிவான உணவை உட்கொள்ளும்போது சுவை உணர் நியூரான்கள் இனிப்பை இனம் காணும் தன்மையை மந்தம் செய்கிறது. கிராமத்திலிருந்து ஜன சந்தடிமிக்க நகரத்துக்கு வரும்போது முதலில் இரைச்சல் தொந்தரவு செய்யும். நாள்பட அந்த இரைச்சலுக்கு பழகிப்போன பின்னர் சுற்றும் முற்றும் உள்ள இரைச்சலை நாம் உணர்வது இல்லை. அதேபோல தொடர்ந்து கூடுதல் சர்க்கரை செறிவான உணவை உண்ணும்போது சுவை உணர் நியூரான் சூழ்நிலைக்கு இணங்கி பழகிப் போய்விடும். இதன் காரணமாக ஜின் வெளிப்பாடு மாறிவிடும். இனி கூடுதல் செறிவான சர்க்கரை உணவை உண்ணும்போது மட்டுமே கட்டுப்பாட்டு ஜின் இயங்கும். எனவே கூடுதல் கூடுதல் சர்க்கரை செறிவான உணவை உண்ண நம்மைத் தூண்டிவிடும். இந்த விஷச்சக்கரத்தின் விளைவே உடல் பருமன். இங்கே நமது வாழ்வு சூழல் ஜின் வெளிப்பாட்டை மாற்றி எழுதிவிடுகிறது.

அதாவது லெவோன்டின் கூறுவதுபோல "சுற்றுச்சூழல் இல்லாமல் எந்த உயிரினமும் இருக்க முடியாது என்பதுபோல, ஓர் உயிரினம் இல்லாமல் எந்தச் சூழலும் இருக்க முடியாது." பிறப்பும் (ஜினோம்) வளர்ப்பும் (சூழல்) இரண்டும் ஒன்றுடன் ஒன்று பிணைந்த ஒன்றுக்குள் ஒன்று புகுந்த போக்குகள். எனவே மரபணுவியல் நிபுணர்கள் ஈவா ஜப்லோங்கா, மரியான் ஜே.லாம்ப் எழுதிய 'எவல்யூஷன் இன் ஃபோர் டைமன்ஷன்ஸ்' எனும் நூலில் கூறுவது போல முனைப்பு, சாகசம், இதய நோய், உடல் பருமன், மதவெறி, ஓரினச்சேர்க்கை, கூச்சம், முட்டாள்தனம் அல்லது மனம் அல்லது உடலின் வேறு எந்தக் கூறையும் தீர்மானம் செய்யும் குறிப்பிட்ட மரபணு(க்கள்) உள்ளன என்ற கருத்துக்கு நவீன மரபணுவியலில் இடமே இல்லை.

ஏற்றத்தாழ்வும் வேறுபாடும்

வேறுபாடுகள் இயற்கையின் தவிர்க்க இயலா கூறுகள். இரண்டு சிங்கங்கள் ஒன்றுபோல இருப்பதில்லை. இரண்டு கொசுக்கள் முற்றிலும் ஒன்றைபோல ஒன்று இருப்பதில்லை. ஏன் ஒரு பாக்டீரியாவிலிருந்து செல் பிரிதல் வழியே வெளிப்படும் இரண்டு மகவு பாக்டீரியாக்களின் ஜினோம் அச்சு அசலாக ஒன்றாக இருந்தாலும் இரண்டு பாக்டீரியாக்களும் ஒருபோல இருக்காது. உருவம் முதற்கொண்டு பல்வேறு வேறுபாடுகளைக் காணலாம்.

உயரம் குட்டை; தலைமுடி சுருட்டை படிந்த முடிகள் என வேறுபாடுகள் இயற்கை. ஆனால் பலர் வறுமையில் உள்ளனர். சிலர் மட்டுமே பெரும் செல்வந்தர்களாக உள்ளனர். இதுபோல பலவேறு ஏற்றத்தாழ்வுகளை மனித சமூகத்தில் காண முடிகிறது.

ஏன் ஒருவர் ராஜா; மற்றவர்கள் பிரஜை. ஏன் சிலருக்கு மட்டும் உயர்கல்வி; மற்றவர்களுக்கு அடிப்படைக் கல்வி கூட மறுக்கப்படுகிறது, ஏன் பெண்கள் அறிவிலும் அந்தஸ்திலும் சமமானவர்கள் இல்லை எனக் கருதினோம். ஏன் சிலரிடம் ஏழு தலைமுறைக்கும் போதுமான செல்வம், மற்றவர்களிடம் அடுத்த வேளை உணவுக்குக்கூட பஞ்சம்? ஏன் இந்த அதீத ஏற்றத்தாழ்வு?

'அவங்க ஜீன்ஸ்லேயே புத்திசாலிகள், திறமைசாலிகள்' என பேசுவதைக் கேட்கிறோம். ஒருவரின் திறமை, புத்திசாலித்தனம் முதலியவை மரபணுவில் உள்ளன; அது வம்சம் வம்சமாக தொடர்கின்றன எனக் கருதுகிறோம். இதன் தொடர்ச்சியாகத் தான் சமூகத்தில் ஏற்றத்தாழ்வுகள் உள்ளன எனக் கருதிவிடுகிறோம்.

மேன்மையான 'ரத்தம்' உள்ளவர்கள்தான் உயர்குடியினர். எனவேதான் 'இயற்கையாக' அந்தஸ்து, செல்வம் மற்றும் அதிகாரத்தில் உயர்நிலையில் அவர்கள் உள்ளார்கள் என ஒருகாலத்தில் கூறப்பட்டது. அரசன் கடவுளின் அவதாரம். குறிப்பிட்ட குழுவைச் சார்ந்தவர்கள் கடவுளின் தலையிலிருந்து பிறந்தார்கள். சிலர் காலிலிருந்து பிறந்தார்கள் போன்ற பிறப்பு புனைகதைகள்மூலம் சிலர் 'இயற்கையாக' மேலோர்; சிலர் 'இயற்கையாக' கீழோர் என விளங்கிக்கொள்ளப்பட்டது. உயர்குடி 'ரத்தம்' தூயதாக இருக்கும்வரை அவர்கள் மேலோராக இருப்பர். கலப்பு ஏற்பட்டுவிட்டால் தாழ்ந்து விடுவார்கள் என்ற கருத்தில் தான் சாதி போன்ற அவலங்கள் நியாயம் கற்பிக்கப்பட்டது. அதவாது உரிமை மறுப்பு ஏற்றத்தாழ்வுகளை, உயிரியல் கருத்துக்களை துணைகொண்டு சமாதானம் செய்தனர். நிலம் போன்ற செல்வம் உருவாக்கும் உடைமையில் ஏற்றத்தாழ்வு தான் இந்த நிலைக்குக் காரணம். எனினும் சிலர் பிறப்பிலேயே உயர்குடியினர், சிலர் தாழ்குடியினர் எனும் கருத்தின் அடிப்படையில் ஏற்றத்தாழ்வுக்குச் சமாதானம் கூறப்பட்டது.

முற்காலத்தில் தலைவிதி தத்துவம்-கர்மவினை எனும் கருத்து-இதே பணியைச் செய்து வந்தது. போன ஜென்மத்தில் நாம் செய்த கர்மவினையின் பயன் - ஊழ் - தான் இந்த ஜன்மத்தில் நாம் அனுபவிக்கும் இன்ப துன்பங்கள் எனத் தலைவிதி தத்துவம் கூறியது. அதேபோல நமது வாழ்வின் உயர்வு, தாழ்வுகளுக்கு காரணம் நமது டிஎன்ஏதான் எனும் கருத்து இன்று பொதுமக்களிடையே மட்டுமின்றி உயிரி ஆய்வாளர்கள் ஊடேவும் நிலவுகிறது. இந்தப் பார்வையில் ஒருவரின் டிஎன்ஏதான் அவரின் தலைவிதி.

இன்றும் இது சூட்சுமமாகத் தொடர்கிறது. காலம் காலமாக நிலைத்து வரும் கருத்துச் சிறையிலிருந்து விடுபடுவது எளிதல்ல. "புதிய சிந்தனைகளை உருவாக்குவதில் உள்ள சிரமத்தைவிட பழம் சிந்தனைகளிலிருந்து விடுபடுவது கடினம்" என்கிறார் உயிரியல் ஆய்வாளர் ஜான் மேனார்ட் கெய்ன்ஸ்.

கடவுளின் வம்சம்; தலையிலிருந்து பிறந்தவர்கள்போன்ற புனைகதைகளை இன்று யாரும் ஏற்றுக்கொண்டு எளிதில் சமாதனம் அடையப்போவதில்லை. எனவே நவீன சமூகத்தில் அந்தஸ்து, செல்வம் அதிகாரத்தில் உள்ள ஏற்றத்தாழ்வுகளை அவரவரின் 'டிஎன்ஏ' வோடு இணைத்துப் போலியாகச் சமாதானம் கூறும் புதிய கருத்தியல் உருவாகியுள்ளது.

மரபணுவும் ஏற்றத்தாழ்வுகளும்

முந்தைய காலகட்டங்களில் சில பகுதியினருக்கு கல்வி போன்ற வாய்ப்புகள் சட்ட ரீதியாகவும் நடைமுறையிலும் தடை செய்யப்பட்டன. இந்தியாவில் பிராமணர்கள்போன்ற சில பிரிவினர்கள் மட்டுமே உயர்கல்வி கற்க முடியும் எனத் தடை இருந்ததால் ஐரோப்பாவில் அந்தச் சூழலுக்கு ஏற்ற வகையில் தடை இருந்தது. எடுத்துக்காட்டாக,

கேம்ப்ரிட்ஜ் பல்கலைக்கழக டிரினிட்டி கல்லூரியில் ஆசிரியராகச் சேரும்போது கிறித்துவ மதத்தின்மீது நம்பிக்கை பிரமாணம் எடுத்துக்கொள்ள வேண்டும். கிறித்துவ மதக் கருத்துக்களில் சிலவற்றின்மீது ஐசக் நியூட்டனுக்கு கருத்து வித்தியாசம் இருந்தது. எனவே உறுதிமொழி எடுக்க விரும்பவில்லை. தனது கருத்தை வெளிப்படையாகக் கூறினால் இங்கிலாந்தின் எந்தப் பல்கலைக்கழகத்திலும் வேலை கிடைக்காது. எனவே போலிக் காரணம் கூறி அரசிடமிருந்து தனக்கு விதிவிலக்கு பெற்ற பின்னர் தான் நியூட்டன் வேலைக்குச் சேர முடிந்தது.

இன்று அது போன்ற சட்டத் தடைகள் இல்லை. யார் வேண்டுமென்றாலும் படிக்கலாம்; முன்னுக்கு வரலாம்.

ஆயினும் இன்றும் ஏற்றத்தாழ்வுகள் உள்ளன. ஏன்?

எல்லோருக்கும் சம வாய்ப்பு அளிக்கப்படுகிறது; சிலரின் டிஎன்ஏ அவர்களைச் சிறந்து விளங்க வழிவகை செய்கிறது. சிலருக்கு மோசமான டிஎன்ஏ; அதனால்தான் முன்னுக்கு வர முடிவதில்லையென மறுபடி 'உயிரியல்' அடிப்படையில் ஏற்றத்தாழ்வுகளுக்கு சமாதானம் கூறப்படுகிறது.அதாவது ஒருவரின் டிஎன்ஏ அவரின் தலைவிதியை தீர்மானம் செய்கிறது என இந்தக் கருத்தியல் நம்மை நம்ப வைக்கிறது.

மக்களாட்சி ஏற்பட்ட பின்னரும் உலகில் பல நாடுகளில் நிலவும் அந்தஸ்து, செல்வம், அதிகார சமத்துவமின்மையை சமாதானம் செய்யப் பயன்படுத்தும் கருத்தியல் கருவியே உயிரியல் நிர்ணயவாதம். ஜினோம்தான் பிரதானம்; அந்த உயிரியின் தலைவிதி அதன் ஜினோமில் உள்ளதுபோன்ற பார்வைகள்தான் உயிரியல் நிர்ணயவாத கருத்தியலுக்கு நம்மை இட்டுச் செல்கிறது.

செல்வத்தை உருவாக்கும் உற்பத்திக்கருவிகள் (நிலம், தொழிற்சாலை, நிதிமூலதனம் போன்றவை) சிலரிடம் மட்டும்

குவிந்து கிடக்க... அவர்களுக்கு மேலும் மேலும் தானே செல்வம் குவிகிறது. அதே நேரத்தில் சூரியன் உதயம் முதல் சூரியன் அஸ்தமிக்கும்வரை முதுகு உடைய வேலை செய்பவர்கள் ஏழ்மை நிலையில் உள்ளனர். உழைப்பாளிகளின் உழைப்பை சுரண்டுவதால் தான் உற்பத்திக் கருவிகளை உடைமையாகக் கொண்டவர்களுக்கு லாபம் குவிகிறது. இந்த மெய் நிதர்சனத்தை மறைத்து செல்வம் அந்தஸ்து, அதிகார ஏற்றத்தாழ்வுகளுக்கு அடிப்படைக் காரணம் அவரவர்களின் டிஎன்ஏதான் என இந்தக் கருத்தியல் கொண்டு டிஎன்ஏ மீது பழிபோட்டு சமாதானம் செய்யமுடிகிறது.

சமத்துவத்தை வெறும் சம வாய்ப்பு என ஏற்றுக்கொள்ள நமது மனதை தயார் செய்து விடுகிறது. வெறும் சமத்துவ வாய்ப்பு அளித்துவிட்டு சமத்துவம் அளித்துவிட்டதாக பாசாங்கு செய்ய உதவுகிறது. ஏற்றத்தாழ்வுகளை உருவாக்கும் சமூக அமைப்பை குறை சொல்லாமல், சுட்டிக்காட்டாமல் வெற்றி, தோல்வி என்பது, அவரின் உள்ளார்ந்த மரபணுக்கள் தரும் குணங்களால் ஏற்படுகின்றன என்ற கருத்தியலை நிலைநிறுத்த உதவுகிறது.

அனைவருக்கும் சமத்துவம் எனும் மானுட விடுதலை, சமூக நீதி இலக்கை அடைய ஜினோமின் அறிவியலை அறிந்து கொள்வதுடன் அதன் கருத்தியல் அரசியலை விளங்கிக்கொள்வதும் அவசியம்.

www.ingramcontent.com/pod-product-compliance
Lightning Source LLC
LaVergne TN
LVHW090415051026
849518LV00006B/2345
* 9 7 8 8 1 1 9 0 6 3 5 9 8 *